காட்டில் நடந்த கதை

வங்காளச் சிறுகதைகள்

காட்டில் நடந்த கதை

வங்காளச் சிறுகதைகள்

புவனா நடராஜன் (பி. 1943)

மொழிபெயர்ப்பாளர்

கொல்கத்தாவில் 43 வருடங்கள் வசித்தவர். தற்போது சென்னை வாசம். ஹிந்தி, சமஸ்கிருதம், வங்காளி, ஆங்கில மொழிகளிலும் புலமை பெற்றவர். சாகித்ய அகாதெமி, நேஷனல் புக் டிரஸ்ட், பாரதீய வித்யா பவன் போன்றவற்றுக்காகப் பல நாவல்கள், சிறுகதைகளைத் தமிழில் மொழிபெயர்த்திருக்கிறார். ஆஷா பூர்ணாதேவி, தஸ்லிமா நஸ்ரீன், தாராசங்கர் பானர்ஜி, சந்தோஷ் குமார் கோஷ் போன்றோரின் படைப்புகள் இவர் மொழி பெயர்ப்பில் வெளிவந்துள்ளன.

கணவர் : நடராஜன்

மகன்கள் : சிவா நடராஜன், கிருஷ்ணா நடராஜன்.

முகவரி : 15, இரண்டாவது குறுக்குத் தெரு
ராஜா அண்ணாமலைபுரம்
சென்னை – 600 028.

விபூதிபூஷண் பந்தோபாத்யாய

காட்டில் நடந்த கதை

வங்காளச் சிறுகதைகள்

தமிழில்

புவனா நடராஜன்

காலச்சுவடு பதிப்பகம்

காட்டில் நடந்த கதை • வங்கச் சிறுகதைகள் • ஆசிரியர் : விபூதி பூஷண் பந்தோபாத்யாய • வங்கத்திலிருந்து தமிழில் : புவனா நடராஜன் • மொழிபெயர்ப்புரிமை : புவனா நடராஜன் • முதல் பதிப்பு : டிசம்பர் 2011 • வெளியீடு : காலச்சுவடு பப்ளிகேஷன் (பி) லிட்., 669 கே. பி. சாலை, நாகர்கோவில் 629001.

காலச்சுவடு பதிப்பக வெளியீடு : 434

kaaTTil naTanta katai • Bengal Short Stories • Author : vipuutipuushaN pantoopaatyaaya • Translated from Bengal by : Puvana Natarajan • Translation Rights : Puvana Natarajan • Language : Tamil • First Edition : December 2011 • Size : Demy 1 x 8 • Paper : 18.6 kg maplitho • Pages: 144 • Copies: 550 + 50.

Published by Kalachuvadu Publications Pvt. Ltd., 669 K.P. Road, Nagercoil 629001, India • Phone : 91 - 4652 - 278525 • e-mail : publications@kalachuvadu.com •

ISBN : 978-93-80240-89-3

12/2011/S.No. 434, kcp 771, 18.6 (1) 600

எனது மதிப்பிற்குரிய மாமியார்
சித்தமல்லி மீனாட்சி அம்மாள்
அவர்கள் நினைவிற்கு

பொருளடக்கம்

தண்ணீர்ச் சத்திரம்

கிழவர் மாதவ சிரோன்மணி அய்யா, சிஷ்யன் வீட்டுக்குப் போய்க் கொண்டிருந்தார்.

அப்போது மணி ஒன்று இருக்கலாம். அதற்குக் குறைவாக இருக்காது. சூரியன் தலை உச்சிப் பகுதியி லிருந்து சற்றே கீழே இறங்கிவிட்டிருந்தது. 'ஜ்யேஷ்ட' மாதத்தின் உடலை எரிக்கும் வெயிலில் மணல் சூடாகிக் கொதித்துக் கொண்டிருந்தது. காற்று அனல்காற்றாக மாறிவிட்டிருந்தது. அந்தப் பூமிப் பிரதேசத்தின் நான்கு திக்கிலும் எங்குமே செடிகொடிகளோ மரங்களோ பசுமையோ கண்ணில் படவே இல்லை. ஒன்றிரண்டு பாப்லா மரங்கள் இலைகளே இல்லாமல் வெறும் கிளை களாகக் காட்சியளித்தன. பூமியில் இருந்த ஒன்றிரண்டு புல்லும் காய்ந்து வைக்கோலாகிவிட்டிருந்தது. பிராமணன் அணிந்துகொண்டிருந்த வேஷ்டி, துண்டும் கூட அனலாகி விட்டிருந்தது. உடம்பில் அணிந்து கொள்வதுகூடத் தவிப் பாக இருந்தது. கொழுந்துவிட்டு எரியும் நெருப்பு அவ்வப் போது தாண்டித் தாண்டிக் குதிப்பதுபோல் மணல் பிரதேசத்திலிருந்த மணல், காற்றின் வேகத்தால் கிளறி விடப்பட்டு, பிராமணனுடைய கண், முகம், காதுகளில் விசிறியடிக்கப்பட விழுந்தது. குத்திற்று – ஆனி மாதத்து மதியநேரத்தில் இந்த மைதானத்தைக் கடந்து போக வேண்டும் என்று முடிவெடுப்பதும் செத்துப் போக முடிவெடுப்பதும் ஒன்று என்று நவாப் கஞ்ஜின் கடைத் தெருவில் அவரிடம் பலரும் தெரிவித்திருந்தார்கள். ஆனால் அவர் யாருடைய பேச்சையும் கேட்காமல், தலைவிதியின் கொடுமை காரணமாகத்தான் இப்படி முடிவெடுத்திருக்க வேண்டும்.

மேற்குத் திசையில் வெகு தொலைவில் வயலில் இருந்த பயிர்கள் காற்றில் தலையாட்டிக் கொண்டிருந்தன. கண் படர்ந்த இடமெல்லாம் உஷ்ணம் நிறைந்த மணல் பிரதேசம் வெயிலில் மின்னியது. பிராமணனுக்குக் கடுமையான தாகம் எடுத்தது. உஷ்ணமான காற்றில் உடலில் இருந்த தண்ணீர் வற்றி, நாக்குச் சுருண்டு கொண்டது. தாகம் உயிரைத் துடிக்க வைத்துக்கொண்டிருந்தது. அழுக்குத் தண்ணீர் கிடைத்தால்கூடக் குடிக்கத் தூண்டும் அளவுக்குத் தாகம். ஆனால் நவாப் கஞ்ஜிலிருந்து ரத்தன்பூர்வரை இருந்த அந்தப் பரந்த பூமிப் பிரதேசத்தில் எங்குமே தண்ணீர் கிடைக்காது என்று 'நவாப் கஞ்ஜி'லேயே எல்லாரும் எச்சரித்திருந்தார்கள். அவர் இப்போது கஷ்டப் பட்டுத்தானாக வேண்டும். வேறு வழியில்லை.

பிராமணனுக்கு வியர்த்துக் கொட்ட ஆரம்பித்தது. காதிலிருந்து, மூக்கிலிருந்து, மூச்சிலிருந்து அக்கினித் தாரை வெளிப் பட்டுக் கொண்டிருந்ததோ என்று தோன்றியது. நாக்கை உறிஞ்சி உறிஞ்சிப் பார்த்தாலும், அதிலிருந்து தண்ணீரே துளிர்க்கவில்லை. புழுதி படிந்ததுபோல் வறண்டு கிடந்தது. கடுமையான உஷ்ணம் காரணமாக எட்டுத் திசைகளும் நடுங்கி அதிர்ந்துகொண்டிருக் கிறதோ! மின்னிக் கொண்டிருந்த மணல், உஷ்ணத்தைத் திருப்பி அனுப்பிக்கொண்டிருந்தது. இடையிடையே சுழல்காற்றுச் சுழன்று சுழன்று மணலை வாரியிறைத்து மூக்கிலும் வாயிலும் பரப்பிக் கொண்டிருந்தது. சகிக்க முடியாத தாகத்தில் அவர் பார்வையில் புழுதிப் புகை மண்டலம் தெரிய ஆரம்பித்தது. 'எங்காவது ஒரு தடிமனான இலை கிடைத்தால், அதைக் கடித்து அதில் இருக்கும் சாற்றை இழுத்துச் சுவைத்தாலாவது தாகம் கொஞ்சம் அடங்குமே . . ?' வாழ்க்கையில் எத்தனையோ தினங்கள், எத்தனையோ இடங்களில் எவ்வளவோ குளிர்ச்சியான, ருசியான தண்ணீரைக் குடித்திருக்கிறார். அவை எல்லாம் இப்போது நினைவுக்கு வந்தது! அவர் வீட்டில் இருந்த குளத்தில் தண்ணீர் எத்தனை குளிர்ச்சியாக இருக்கும்! பாஹாட் பூரின் அலுவலகத்தில் இருந்த தண்ணீர் ஒரேயடியாகப் பனிக்கட்டியாக இருக்கும். எப்போதோ ஒருமுறை அவர் சிஷ்யனுடைய வீட்டிற்குப் போயிருந்தார். அது சித்திரை மாதத்தின் நாள். அவர்கள் ஒரு பெரிய பித்தளை கூஜா நிறைய, புத்தம் புதிய பானையின் தண்ணீரை அவருக்குக் குடிக்க கொடுத்தார்கள். அடேயப்பா! எவ்வளவு குளிர்ச்சியாக இருந்தது! அந்தத் தண்ணீர் பனிபோலக் குளிர்ச்சியாக இருந்ததே . . . குடிக்கும்போது பற்கள் கிட்டிப் போயின! இப்போது யாராவது அதே போன்ற தண்ணீரை, ஒரு கூஜா நிறையக் கொடுத்தால் எவ்வளவு நன்றாக இருக்கும். திடீரென்று அவருடைய தாகம் அதிகமாகிப் போனது. நெஞ்சத்தின் ஆழம் அப்படியே சுருங்கி, வறண்டு

விட்டதுபோலிருந்தது. இந்தப் பகுதி மக்கள், இதை கிழங்கைக் கூட உறிஞ்சி விடும் பூமி என்று சொல்லக் கேள்விப்பட்டிருக்கிறார். இந்த ஜில்லாவிலேயே இவ்வளவு வறண்ட பிரதேசம் வேறு எங்கும் இல்லை. வெகு நாட்களுக்கு முன்பு எத்தனையோ பேர்கள், சித்திரை, வைகாசி மாதங்களில் இந்தப் பகுதியைக் கடந்து செல்ல முயன்று உயிரையே விட்டிருக்கிறார்களாம். சுட்ட மணலின் மீது அவர்களுடைய சடலங்கள் எலும்புக்கூடாகி இன்னமும் கிடந்ததைப் பார்க்க முடிந்தது. சகிக்க முடியாத தாகத்தால் மேற்கொண்டு செல்ல முடியாமல் அவர்கள் சுட்டமணல் பரப்பின் மீது விழுந்து துடித்துத் துடித்துப் பிராணனை விட்டிருக்கிறார்கள். கிராமத்திற்குப் போய்ச் சேர இன்னும் இரண்டு 'குரோச' தூரம் இருக்கிறது. அதற்குள் அவரும் . . !

ஒரு மன உறுதி, துணிச்சல், தைரியத்தால் அவர் தொடர்ந்து நடந்துகொண்டிருந்தார். இந்தப் பாதையின் முடிவில் யாரோ ஒருவர், இவருக்காகப் பனி போன்ற குளிர்ந்த தண்ணீரை பானை நிறைய நிரப்பிக் காத்திருக்கிறார்! இந்தப் பாதையை மட்டும் கடந்து போய் விட்டால், போய்விட்டால், ம் . . . அந்தப் பானைத் தண்ணீர், அவருக்குப் பரிசாகக் கிடைக்கும். இப்படியே யோசித்தபடி அவர் முன்னேறி நடந்து கொண்டிருந்தார். அரைக் குரோச தூரம் கடந்த பின் வலது பக்கத்தில் வந்த காட்டைக் கடந்த பின்னர் இன்னும் அரைக் குரோச தூரத்தில் ஒரு பெரிய ஆலமரம் கண்ணில் பட்டது. அந்த மரத்தடியில் எதாவது குளம், குட்டை, ஏரி இருக்கக்கூடும். இல்லாவிட்டால், நிழலாவது இருக்குமே . . .

ஆலமரத்தடிக்கு வந்து சேர்ந்ததும் அங்கே ஒரு தண்ணீர்ப் பந்தல் இருந்ததைக் கண்டார். நான்கு – ஐந்து புதிய பானைகளில் தண்ணீர் . . . ஒரு பக்கத்தில் இளநீர்கள் குவித்து வைக்கப்பட்டிருந்தன. ஒரு கூடையில் நனைத்து வைத்த சோளம். ஒரு பெரிய இடத்தில் நிறைய புத்தம்புதிய கரும்பிலிருந்து தயாரித்த வெல்லம் . . . ஒரு சிறிய கூடையில் பாதியளவு பாதுஷா என்னும் இனிப்புப் பண்டம். ஒரு நீண்ட துளையிடப்பட்ட மூங்கில் குழாய். அதை இன்னொரு மூங்கிலில் கயிற்றால் கட்டியிருந்தார்கள். ஒருவன் பானையிலிருந்த தண்ணீரை எடுத்து அந்த மூங்கில் குழாயில் விட்டான். அதன் மறுமுனையில் ஜனங்கள் கைகளைக் கிண்ணம் போல விரித்துத் தண்ணீரை ஏந்திக் குடித்தார்கள்.

மரத்தடியில் உட்கார்ந்திருந்தவர்கள், சிரோன்மணி பிராமணரைக் கண்டதும், எழுந்து நின்று அவருக்கு மரியாதை செலுத்தினார்கள். "அய்யா எங்கிருந்து வருகிறார்?" என்று

ஒருவன் கேட்டான். "அது இருக்கட்டும், முதல்ல அய்யா தண்ணி குடிக்கட்டும். தாகம் கொஞ்சமாவது அடங்கட்டும் . . ." என்றான் இன்னொருவன். சிரோன்மணி அய்யா, எந்த இடத்தில் ஆலமரத்தடியில் உட்கார்ந்து கொண்டிருந்தாரோ, அந்தப் பகுதியில் ஆலமரம் கிட்டதட்ட இரண்டு மூன்று பீகா நிலத்தை ஆக்கிரமித்துக்கொண்டு வளர்ந்திருந்தது. யானையின் துதிக்கையைப் போன்ற ஆலமர விழுதுகள் நாலாபக்கத்திலும் இறங்கிப் பூமியின் ஆழத்தை நோக்கி ஓடின. ஒருவன் அதன் இலையில் புகையிலையைத் தேய்த்து எடுத்துக் கொண்டு வந்தான். ஆங் . . . என்ன கொதிக்கும் காற்றுக்கும் பிறகு இப்போது, ஆலமரத்தடியில் வீசிய குளிர்ந்த காற்று, மனத்திற்கும் உடலுக்கும் மிகவும் இதமாக இருந்தது. புகையிலையை வாயில் அதக்கிக் கொண்டு சற்றே உறிஞ்சியதும் தாகம்கூடக் கொஞ்சம் குறைந்தது போலிருந்தது. அப்பாடா!

புகையிலையை மென்று முடித்ததும், அவன் அய்யா, கை, காலைக் கழுவிக்கிட்டுக் கொஞ்சம் ஓய்வு எடுத்துக்கங்க . . . நல்ல 'சந்தேஷ்' இருக்குது, பிராமணர்களுக்காகக் கொண்டு வந்தது. இனிப்பைக் கொஞ்சம் சாப்பிடுங்க. பொறவு கொஞ்சம் தண்ணி குடிங்க. இந்த வெயில் குறையட்டும் . . ." என்று உபசரித்தான்.

"அது சரி, இந்தத் தண்ணீர்ப் பந்தல் யாருடையது?" என்று கேட்டார் பிராமணக் கிழவன்.

"அய்யா! இது 'ஆம்டோபின்' விஷ்வேஸ்வர்களுடையது. ஸ்ரீமந்த விஷ்வேஸ், நிதாயீ விஷ்வேஸ் இவர்களுடையது . . . பெயர் கேள்விப்பட்டிருக்கிறீர்களா?"

"விஷ்வேஸா? ஸத்கோப் சாதியைச் சேர்ந்தவர்களா?"

"இல்லீங்க . . . காலூ சாதியைச் சேர்ந்தவங்க."

அடப்பாவமே! காலூ சாதியினர் நடத்தும் தண்ணீர்ப் பந்தலா இது? புதுப்பானையில் நிறைத்துவைத்திருந்த குளிர்ந்த ஜலமும் குவியலாகக் கிடந்த இளநீர்காய்களும் . . . தாகத்தால் தவித்துக்கொண்டிருந்த, பிராமணர் சிரோன்மணி அய்யா, இத்தனை நேரமாக மகிழ்ச்சியில் மூழ்கிக் கிடந்தார்! . . ஆனால் யார் நடத்துகிறார்கள் என்பதைக் கேட்டதும், ஒரு வினாடி யில் அவருடைய மகிழ்ச்சி கற்பூரம் போலக் கரைந்து போயிற்று. காலூ சாதியினர் நடத்தும் தண்ணீர்ப் பந்தலில் கொடுக்கும் தண்ணீரை அவர் எப்படிக் குடிப்பார்? அவரும் அவர் வம்சத் தினரும் வெகு காலமாக 'சூத்திரர்'களுக்கு எதிராகப் பேசிச் செயல்பட்டு வந்தவர்கள். இன்று அவர், நல்ல காலம்! யார்

கொடுக்கிறார்கள் என்று முன்பே விசாரித்தேன் ... இல்லா விட்டால் ... ம் .. !

"இந்தத் தண்ணீர்ப் பந்தல் எத்தனை நாளா நடக்குது?" என்று கேட்டார் சிரோன்மணி அய்யா.

"அது ... பத்து, பதினஞ்சு வருஷமா நடக்குது. ஸ்ரீமந்த விஷ்வேஸின் அப்பா தாராசாந்த் விஷ்வேஸ்தான் இந்தத் தண்ணீர்ப் பந்தலை ஆரம்பித்து வைத்தார். குடும்பத்தில் ஒன்பது – பத்து வயது தங்கையை ஒருத்தியைத் தவிர அவருக்கென்று இந்த உலகத்தில் யாருமே இல்லை. தாராசாந்த் விஷ்வேஸ் சின்னவரா ... பதினாலு – பதினஞ்சு வயசு இருக்கறச்சே அவரோட அப்பா செத்துப் போயிட்டார்.

அண்ணனும் தங்கையும், வாழைக்காய், கத்தரிக்காய், பூசணிக்காய் எல்லாத்தையும் தலையில் சுமந்துகிட்டுப் போய்ச் சந்தையில் வித்துட்டு வருவாங்க. அதிலேயே குடும்பம், நன்றாகவே நடந்தது. ஒரு சமயம் வைகாசி மாதத்தின் நடுப்பகுதி, தாராசாந்த் தன் தங்கச்சியை அழைச்சிட்டு நவாப்கஞ்ஜின் சந்தைக்கு, நுங்கு விற்கப் போனார். திரும்பி வரும்போது, சந்தையில் எதுவும் கிடைக்காததால் நவாப்கஞ்ஜிலிருந்து, ரத்தன்பூர்வரை – நாலரைக் குரோச தூரம் இருக்கும், நிச்சயமா அதுக்குக் குறைவா இருக்காது – வழியில ஒரு இடத்துலயும் செடி, நிழல்கூடக் கிடையாது. சித்திரை மாதத்து மதிய நேரத்து வெயில் சுட்டெரிக்கும்போது அத்தனை தூரத்தை நடக்க முடியாமல் மிகவும் களைத்துப் போனாள் தாராசாந்தின் தங்கை. தாராசாந்தே இதை என்னிடம் சொன்னான். அவன் தங்கை பாதித் தொலைவு வந்ததும் 'அண்ணா! ரொம்பத் தாகமா இருக்குது அண்ணா ... தண்ணி குடிக்கணும்' என்றாள்.

இரம்மா ... இன்னும் கொஞ்சம் தூரம்தான் நட ... ரத்தன்பூரின் கைவர்த்த என்ற பகுதியில் தண்ணி வாங்கிக் குடுக்கறேம்மா என்று சமாதானப்படுத்தினார்.

இன்னும் கொஞ்சம் தொலைவு என்பதே கிட்டத்தட்ட இரண்டு குரோசத்திற்குக் குறைவாக இருக்காது. சிறிது தொலைவு நடந்ததும், அந்தப் பெண் ரொம்பவே களைத்துப் போய்விட்டாள். 'அண்ணா! என்னால நடக்கவே முடியல்ல ... தண்ணி குடிக்கணும் ... தண்ணி குடிக்கணும்' என்று சொல்லிக்கொண்டே இருந்தாள். தாராசாந்த் அந்தச் சிறுமியைத் தோளில் தூக்கி வைத்துக்கொண்டு இந்த ஆலமரத்தடிக்கு வந்து சேர்ந்தார். அந்தக் குழந்தையால்

அப்போது அதிகம் பேச முடியவில்லை. தாராசாந்த் சிறுமியை நிழலில் உட்கார வைத்துவிட்டு, தண்ணீரைத் தேடி ஓடினார். இங்கிருந்து அரைக் குரோசம் தொலைவிலுள்ள, கைவர்த்த பகுதியிலிருந்து ஒரு கூஜா நிறையத் தண்ணீரைக் கொண்டு வந்தவர் அப்படியே ஸ்தம்பித்துப் போய்விட்டார்... அவனுடைய சிறிய தங்கை, மரத்தடியில் செத்துப் போய்க் கிடந்தாள். அவள் வாயில் ஒரு சேப்பங்கிழங்கின் நுனிப் பகுதி தொங்கிக் கொண்டிருந்தது! இந்த ஆலமரம் சின்னதாக இருந்தபோது, அதற்குக் கீழே சேப்பங்கிழங்கு செடிகள் அடர்ந்து இருந்தது, ஒரு காலத்தில்! தாங்க முடியாத பெரும் தாகத்தால் அந்தப் பெண், பூமியைத் தோண்டி, கிழங்கை எடுத்து வாயில் வைத்து உறிஞ்சி அதிலிருந்து ஏதாவது கொஞ்சமாவது சாறு கிடைக்காதா என்று முயன்றிருக்கிறாள். அன்றைய தினத்தி லிருந்து இந்த ஆலமரத்தடிப் பூமிப் பகுதிக்குச் 'சாறு உறிஞ்சிய பகுதி' என்றே பெயர் வந்து விட்டது.

அந்தப் பெண் இறந்து போன பிறகு, தாராசாந்த் ஏதேதோ வியாபாரம்செய்து பணக்காரனாகி விட்டார். அந்தச் சிறுமி அவன் கனவில் வந்து, 'இங்க வர்றவங்கள்ளாம் தாகத்தால் தவிக்கிறாங்க அண்ணா! நீ எனக்காக இங்க, இந்த ஆலமரத் தடியில ஒரு தண்ணீர்ப் பந்தல் வை அண்ணா!' என்று சொன்னாளாம். தாராசாந்த் விஷ்வேஸுும் இந்த இடத்தில ஒரு தண்ணீர்ப் பந்தல் வச்சாரு... அது நடந்து, பதினைஞ்சு பதினாறு வருஷம் ஓடிப்போச்சு. பிராமண அய்யா! இந்தப் பகுதியில இருக்குற இந்தத் தண்ணீர்ப் பந்தலைப் பத்தி இங்க இருக்கறவங்க எல்லாருக்குமே தெரியும் ... அது மட்டுமா, இந்தப் பகுதியில வெயில்ல, நடந்து வர்றவங்க, தாகம் தாங்க முடியாம, தண்ணியைத் தேடி அலையறப்ப... ஒரு சிறுமி அவர்களைப் பார்த்து, 'தாகம் எடுக்குதா? தண்ணி வேணுமா? நான் குடுக்கறேன்... நீ என் கூட வா' அப்படின்னு கூப்பிடு வான்னு நெறைய பேர் வந்து சொல்றாங்க..."

அந்த ஆள் ஏதோ கதை சொல்வதுபோலச் சொல்லிக் கொண்டு போனவன், "பொய்யா நெஜமான்று தெரியாது, பிராமண அய்யா! ஜனங்க இப்படித்தான் இந்தப் பக்கத்தில் பேசிக்கிறாங்க... நானும் அதத்தான் ஒங்ககிட்டச் சொன்னேன். சித்திரை மாசத்தில ஒரு பிராமணன் கிட்டப் பொய் சொல்லி என்னாகப் போகுது..." என்றான்.

அந்த மனிதன் தன் இரு கைகளாலும் தன் காதுகளைப் பிடித்துக்கொண்டு, தலையில் ஒரு குட்டுக் குட்டி, பிராமண னுக்கு ஒரு நமஸ்காரம் செய்தான்.

மாலை நேரமாகிக்கொண்டிருந்தது. எத்தனையோ பேர் வந்தார்கள் ... தண்ணீர் குடித்தார்கள், கிளம்பிப் போனார்கள் ... பக்கத்து வயலிலிருந்து வந்த விவசாயி ஒருவன் ஏரை அவிழ்த்து விட்டு, ஆலமரத்தடிக்கு வந்தான். அவனுக்கு நன்றாக வியர்த்துக் கொட்டிக் கொண்டிருந்தது. சற்றுநேரம் ஓய்வு எடுத்துக்கொண்ட பிறகு திருப்தியுடன் சோளமும், வெல்லமும் சாப்பிட்டுத் தண்ணீர் குடித்து, மகிழ்ச்சியுடன் அங்கிருப்பவர்களுடன் பேச ஆரம்பித்தான்.

ஒரு கிழவி, பக்கத்துக் கிராமத்தில் பிச்சை எடுத்துவிட்டு வந்தாள். மரத்தடி நிழலில் தன் பையை வைத்துவிட்டுக் கை, கால்களைக் கழுவிக்கொண்டு, தண்ணீர் கேட்டுக்கொண்டு நின்றாள். ஒருவன் கேட்டான்: "அப்துலின் அம்மாவோ! ஒரு இளநீர் குடிக்கிறீயா?"

அந்தக் கிழவி பொக்கை வாயைத் திறந்து சந்தோஷமாகச் சிரித்தபடியே, "சரி குடு அப்பனே ... இன்னிக்கு ஒரு இளநீர் குடிக்கிறேன் ... செத்துப் போகத்தான்போறேன் ... அதுக்கு முன்னால ஒரு இளநீர் குடிக்கிறேன் ..." என்றாள்.

உடம்பில் நல்ல வேஷ்டி, புத்தம் புதிய ஷர்ட் அணிந்திருந்த ஒருவன் வந்தான். வேஷ்டியைக் கணுக்கால்வரை தூக்கிவிட்டுக்கொண்டு – கால் முழுவதும் புழுதி – மரத்தடியில் வந்து ஆயாசத்துடன் உட்கார்ந்து கொண்டான்.

"சமீருத்தீன் மிஞ்ஞா! இன்னைக்கு வழக்கு நடக்கிற தினம் இல்லியா?" என்று ஒருவன் கேட்டான்.

சமீருத்தீன் ரொம்பக் கௌரவமாகப் பேசினான் என்று சொல்ல முடியாது. தன் வழக்கு, அதை நடத்திய வக்கீல் இவற்றின் சரித்திரத்தை வர்ணித்தான். வழக்கு, வக்கீல் கையில் இருந்தது, அது தொடர்பாக அவன் பேசிய பேச்சுகளை அந்த வக்கீல் கேட்டிருந்தால் ... இன்னொரு வழக்கு ஆரம்பித்திருக்கும் ...! பிறகு அவன், வெல்லத்துடன், அரைச் சேர் சோளத்தைச் சாப்பிட்டுக் கொஞ்சம் புகையிலையை வாங்கி மென்றுகொண்டே விடைபெற்றுக் கொண்டான்.

மெல்ல வெயிலின் கடுமை குறைய ஆரம்பித்தது. மாலை நேரக் காற்றில், அருகில் இருந்த ஒரு புதரிலிருந்து நல்ல நறுமணம் வந்துகொண்டிருந்தது. மஞ்சள் நிற ஸோந்தாலி மலர்கள் நிறைந்த புதர்கள், அந்தப் பகுதியின் மற்றோர் பக்கத்தை வெளிச்சம்போட்டுக் காட்டிக் கொண்டிருந்தன. ஒரு பறவை ஆகாயத்தில் சிறகுகளை விரித்தபடி, 'நாட்டுப் பெண்ணே பேசு' 'நாட்டுப் பெண்ணே பேசு' என்று கூவிக்கொண்டே

போனது. அது எழுப்பிய ஒலி அப்படிச் சொல்வதாக ஒரு பிரமை . . . அவ்வளவுதான்.

சிரோன்மணி அய்யா, பத்து வருடங்கள் முன்பு அவருடைய எட்டு வயது மகள், உமாவைப் போலவே ஒரு சிறுமி இந்த ஆலமரத்தடியில் சகிக்க முடியாத தாகம் காரணமாக, தண்ணீர் கிடைக்காமல், காட்டுச் சேப்பங்கிழங்குத் தண்டின் கடுமையான சாற்றை உறிஞ்சியிருக்கிறாள். அவருடைய அன்பு, பாசம் இரக்கம் காரணமாக, இந்த ஆலமரம் பெரிதாகக் கிளைகளுடன், இலைகளுடன் கூடியதாக வளர்ந்து, தண்ணீர் கிடைக்காமல் அவதியுறும் கிராமப் பகுதி மக்களின் அடைக்கலமாக, தாகத்தைத் தணிப்பதாக வளர்ந்து விட்டிருக்கிறது. இன்று அதே இடத்தில் இருபது வருடங்களாக அந்த மங்கல ரூபிணி, தேவி ஜகதாத்ரியைப் போலவே, பத்துக் கைகளையும் நீட்டிக் கொதிக்கும் மதிய நேரத்தில், தாகத்தால் தவிக்கும், வழிப்போக்கர்களுக்குத் தண்ணீர், இளநீர் கொடுத்து அவர்களுடைய தவிப்பை அமைதிப்படுத்திக் கொண்டிருக்கிறாள். நான்கு திக்கிலும் சந்தியாக் காலம் இறங்கி வரும்போது கொதிக்கும் பூமிப் பகுதி நிழலும் குளிர்ச்சியும் அடையும் போது அந்தப் பெண் நாள் முழுவதும் பட்ட கஷ்டத்திற்குப் பிறகு தெளிவில்லாத நிலவொளியில் வெண்மையான சேலைத் தலைப்பைக் காற்றில் விரித்து, ஏதோ ஒரு முன்பின் அறியாத வானலோகத்தில் இருக்கும் தன் சொந்த இடத்திற்குத் திரும்பிப் போய் விட்டாள். அவள் பூமியில், சிறுமியாக வாழ்ந்த வாழ்க்கையை மறக்கவில்லை . . .

தண்ணீர் கொடுத்துக் கொண்டிருந்தவன் பெயர் ஸ்ரீநிவாஸ். ஸத்கோப் சாதியைச் சேர்ந்தவன். சிரோன்மணி அய்யா அவனிடம் "இதோ பாரப்பா . . . உன் இந்தப் பெரிய பானையை நன்றாகக் கழுவி விட்டு, எனக்கு ஒரு பானை நிறையத் தண்ணீர் குடு . . . அப்புறம் பிராமணனுக்காக சந்தேஷ் வைத்திருக்கிறேன் என்று சொன்னாயே அதையும் குடு . . ." என்றார்!

சபிக்கப்பட்டவர்கள்

என் வாழ்க்கையில் அந்த அதிசயமான, அபூர்வமான நிகழ்ச்சி நடந்தது!

மூன்று வருடங்களுக்கு முன்பு ஒரு வேலையாக நான் பாரிஷால் பகுதிக்குப் போக வேண்டியிருந்தது.

இந்தப் பகுதியின் படித்துறையிலிருந்து, பன்னிரண்டு மணியளவில் படகில் புறப்பட்டேன். பாரிசால் பகுதியில் வசித்த ஒருவரும் என்னுடன் படகில் வந்தார். ஏதோ பேசிக்கொண்டே வந்ததில் நேரம் கழிந்தது!

அப்போது துர்க்கா பூஜை முடிந்திருந்தது. வானத்தில் மேகங்கள் கூட்டம் கூட்டமாகத் தவழ்ந்துகொண்டிருந்தன. இடையிடையே மழைத் தூறலும் விழுந்துகொண்டிருந்தது. சந்தியாக் காலத்திற்குச் சற்று முன்பு, வானம் சற்றே வெளிறிப்போயிருந்தது. உடைந்த மேகங்களுக்கிடையே சதுர்த்தசியின் நிலவு லேசாக மின்னிக்கொண்டிருந்தது.

சந்தியாக் காலம் நெருங்கியதுமே நாங்கள் நதியின் முக்கியமான அகலமான பகுதியை விட்டுவிட்டு ஒரு கால்வாய்க்குள் நகர்ந்து போய்க்கொண்டிருந்தோம். இந்தக் கால்வாய் இங்கிருந்து ஆரம்பித்து நோயாகாளியின் வடக்குப் பகுதி வழியாக ஓடி நேரடியாக மேகனா நதியில் போய்க் கலக்கிறது என்று கேள்விப்பட்டிருக்கிறேன். கிழக்கு வங்காளத்துக்கு இதுவரை நான் போனதில்லை. இப்போதுதான் முதல்முறையாகப் போகிறேன். எல்லாக் காட்சிகளுமே புதியனவாக இருந்தன. நீண்ட கால்வாயின் இருமருங்கிலும் மழை நீரில் குளித்திருந்த கேயாவின் காடுகளில், மேகத்தால் பாதி மூடப்பட்டிருந்த சதுர்த்தசியின் ஒளி மின்னிக்கொண்டிருந்தது. இடை

யிடையே நதியின் ஓரத்தில் பெரிய பெரிய நிலப் பரப்புகள் தெரிந்தன. ஷட்டி, மூங்கில், ஃபெர்ன் செடிகள் மிக அடர்த்தியாக வளர்ந்து சில இடங்களில் நதிநீரை முத்தமிட்டுக்கொண்டிருந்தன. வெளியில் சற்றே குளிர் இருந்தாலும் நான் படகில் இருந்த குடிசைப் பகுதிக்கு வெளியில் திறந்த வானத்தின் கீழ் உட்கார்ந்துகொண்டு வேடிக்கை பார்த்துக்கொண்டிருந்தேன். பாரிஷாலின் அந்தப் பகுதி சுந்தரவனக் காடுகளுக்கு அருகில் இருந்தது. சிறிய கால்வாய்களும் நதிகளும் எல்லாப் பக்கத்திலும் கண்ணில் பட்டன. கடலும் அருகில்தான் இருந்தது. பத்து – பதினைந்து மைல்கள் தொலைவில், ஹாத்தியா, சந்த்வீப் பகுதிகள் இருந்தன. இரவு தொடங்கி விட்டது. கால்வாயின் இருகரைகளிலும் இருந்த ஜனநடமாட்டமே இல்லாத காட்டுப் பகுதி, தெளிவில்லாத நிலவொளியில் அற்புதமாகக் காட்சியளித்தது. இந்தப் பகுதியில் மக்கள் யாருமே வசிக்கவில்லை. வெறும் காடு. கரையில் பெரிய பெரிய ஹோக்லா செடிகள்!

என்னுடன் பயணம் செய்துகொண்டிருந்தவர் "இரவாகி விட்டது. வெளியில் இருக்காதீர்கள் . . . வாங்க கூரைக்குள்ள வாங்க . . . இது மாதிரி காட்டுப் பகுதியில . . . புரியுதா?" என்றார்.

அதற்குப் பிறகு அவர் சுந்தரவனக் காடுகளைப் பற்றிய கதைகளைச் சொல்லிக்கொண்டிருந்தார். அவருடைய சித்தப்பா ஒருவர் காட்டிலாகாவில் வேலைசெய்துகொண்டிருந்தாராம். அவருடைய லாஞ்சில் ஒருமுறை சுந்தர்வனக் காடுகளின் பல பகுதிகளை நன்றாகச் சுற்றிப் பார்த்திருக்கிறாராம்.

இரவு மணி பன்னிரண்டு இருக்கலாம். எங்கள் படகில் ஒரேயொரு படகோட்டிதான் இருந்தான். அவன், "அய்யா கொஞ்சம் போனாக்கா, பெரிய நதி வருது. என்னால தனியா அதுல போக முடியாது. படகு இழுக்கும், தடுமாறும் . . . அதனால படகை இங்கேயே நிப்பாட்டிக்கப் போறேன்" என்றான்.

படகை அங்கேயே கட்டிப்போட்டான். பெரிய பெரிய மரங்களுக்கிடையே நிலவு காணாமல் போய்விட்டது. நீண்ட கால்வாயின் இரு கரைகளிலும் அடர்த்தியான, இருள் நிறைந்த காடு இருந்தது! நான்கு திசையிலும் நிசப்தம். பட்டாம் பூச்சிகள்கூட மௌனமாகிப் போயின . . . என்னுடன் இருந்தவரிடம், "ஸார் . . . இது ரொம்பக் குறுகிய கால்வாயாக இருக்கு . . . கரையிலிருந்து, காட்டுக்குள்ளிருந்து புலி படகுமேலே பாய்ஞ்சு வந்திடுமா ஸார்?" என்று கேட்டேன்.

"வந்து பாயாவிட்டால்தான் நான் ஆச்சர்யப்படுவேன் . . ." என்றார் அந்த மனிதர்!

இதைக் கேட்டதும் பயந்துபோய்க் குடிசைக்கு நடுவில் போய் உட்கார்ந்துகொண்டேன். சிறிது நேரம் உட்கார்ந்து கொண்டிருந்த பிறகு அந்த மனிதர், “வாங்க ... கொஞ்ச நேரம் தூங்கலாம். தூக்கம் எப்படியும் வராது. தூங்குவதும் சரியல்ல ... வாங்க ... கொஞ்ச நேரம் கண்ணை மூடிக்கிட்டுப் படுத்திருக்கலாம் ...” என்றார்.

சிறிது நேரம் மௌனமாக இருந்த பிறகு, அந்த மனிதரைக் கூப்பிடப் போனேன். அவர் அதற்குள் நன்றாகத் தூங்கிப்போயி ருந்தார். படகோட்டியும் கண் விழித்திருப்பதாகத் தெரிய வில்லை. நான் மட்டும் ஏன் கண்ணைக் கொட்டக் கொட்ட விழித்துக்கொண்டிருக்க வேண்டும்? நானும் அவர்கள் வழியில் போக முடிவுசெய்தேன்.

அதற்குப் பிறகு நடந்ததுதான் என் வாழ்வில் நான் பெற்ற அற்புதமான அனுபவம்! தூங்கப் போனேன். திடீ ரென்று இருண்ட காட்டுப் புதர்களின் மறுபக்கத்தில் வெகு தொலைவிலிருந்து அடர்ந்த காட்டுக்குள்ளிருந்து யாரோ எங்கோ கிராமபோன் இசைத்தட்டை இசைத்தார்கள். அவசர அவசரமாக எழுந்து உட்கார்ந்தேன் ... கிராமபோனா? இந்த ராத்திரியில் இந்தக் காட்டுக்குள்ளிருந்தா? காதைத் தீட்டிக் கொண்டு கேட்டேன். அல்ல, அது கிராமபோன் அல்ல. இருட் டில் ஹிஜல், ஹிந்தால் புதர்கள் மிகமிக அடர்த்தியாக வளர்ந்து கிடக்கும் அவ்விடத்திலிருந்து யாரோ அங்கே யாரோ பரிதாப மான உச்சக்குரலில் எதோ சொல்கிறார்கள். இன்னும் சிறிது நேரம் கவனித்து உற்றுக் கேட்ட பிறகு, ஒன்றுக்கு மேல் அதிகமான எண்ணிக்கை அளவில் பலர் ஒரே குரலில் ஏதோ சொன்னார்கள். அக்கம்பக்கத்தில் இருப்பவர்கள் வீட்டில் கிராமபோன் இசைத்தால் சில சமயம் தெளிவாக இருக்கும், சில சமயம் தெளிவில்லாமல் இருக்கும். ஆனாலும் ஒரே நீண்ட ஒலியின் அலை வந்து காதுக்குள் மோதும். இந்த ஒலியும் அப்படித்தான் இருந்தது. தெளிவில்லாத வங்காள மொழி வார்த்தைகள் காதில் வந்து விழுந்ததாகத் தோன்றியது. ஆனால் அவை தெளிவில்லாமல் இருந்தன. என்ன வார்த்தை கள் என்பது புரியவில்லை. இந்த ஒலிகளைச் சில நிமிடங்கள் வரை கேட்க முடிந்தது. பிறகு சில நிமிடங்கள் வரை ஒரே அமைதி. மறுபடியும் தெளிவில்லாத வார்த்தைகளின் ஒலி. அவசரம் அவசரமாக எழுந்து குடிசைப்பகுதிக்கு வெளியில் வந்தேன். நான்கு திசையிலும் பீர்க்கங்காய் விதைபோலக் கன்னங்கரேலென்று இருள். காட்டுப் பகுதியில் அமைதி. படகுக்குக் கீழே ஓடிக்கொண்டிருந்த நதி நீரின் சலசலப்பும் படகின் மீது மோதும் சப்தமும் மட்டும் கேட்டது. இரவின் கடைசிப் பகுதியில் வீசிய காற்றில் ஜலத்தின் ஓரத்தில் கேயா புதரில் ஒரு வகையான தெளிவில்லாத ஒலி கேட்டது.

கரையிலிருந்து தொலைவில் ஹிஜல் செடியின் கறுப்பு வேர்கள் இருளில் ஓர் அதிசயமான உருவத்தை வெளிப்படுத்திக் கொண் டிருந்தன.

மற்ற இருவரையும் எழுப்பி விடலாமா என்று ஒரு கணம் யோசித்தேன். வேண்டாம். பாவம் நன்றாகத் தூங்கிக்கொண் டிருந்தார்கள். கூப்பிட்டு என்னாகப் போகிறது? அதைவிட நானே கண்விழித்து உட்கார்ந்திருக்க வேண்டும் என்று தீர்மா னித்துக்கொண்டேன். நின்றபடியே ஒரு சிகரெட்டை எடுத்துப் பற்ற வைத்தேன். பிறகு குடிசைப் பகுதிக்குள் போகலாம் என்று நினைத்தபோது, அந்த இருள் சூழ்ந்த, அடர்ந்த வனப் பகுதியின் ஒரு பகுதியிலிருந்து கூர்மையான, தீட்டிய அம்பு போல, உச்சக்குரலில் ரீங்காரமிடும் 'ஜீ ஜீ' வண்டின் ரீங்காரத் தைப் போல ஒலி ஆகாயத்தின் இதயத்தைக் கிழித்துக்கொண்டு எழுந்தது. ஓ படகில போறவங்களே ... நீங்க போறது யாரு? நாங்க இங்க மூச்சு முட்டிச் செத்துக்கிட்டு இருக்கம்... எங்களைத் தூக்கிவிடுங்க ... தூக்கிவிடுங்க ... எங்களைக் காப்பாற்றுங்க ...

படகோட்டி பதற்றத்துடன் எழுந்து ஓடி வந்தான். நான் அந்த இன்னொரு மனிதரை எழுப்பினேன், ஸார்! ... ஸார்! எழுந்திருங்க ... எழுந்திருங்க ...

படகோட்டி என்னருகில் வந்து நின்றான். பயத்தில் அவன் குரல் நடுங்கியது. அல்லா! அல்லா! காதுல விழுந்திச்சா பாபு ...?

அந்த இன்னொரு மனிதர் "என்ன ஸார்! என்ன ஸார்! எதுக்குக் கூப்பிட்டீங்க? எதாவது காட்டு மிருகம் வந்தி ருக்குதா ஸார்" என்றார்.

நான் விஷயத்தை விளக்கிச் சொன்னேன். அவரும் பதற்றத் துடன் படகின் நடுவில் இருந்த குடிசைப் பகுதியிலிருந்து வெளியில் வந்தார். மூவருமாகப் படகின் திறந்த வெளிப் பகுதியில் வந்து நின்றோம். நான்கு திசையிலும் மறுபடியும் அமைதி. நீர் மட்டம் ஏறுவதால் நதியின் நீரில் ஏற்படும் அழுத்தம், வேகம் காரணமாகப் படகின் அடிப் பகுதியி லிருந்து இன்னும் பலத்த ஓசை எழுந்தது.

அந்த மனிதர் படகோட்டியிடம் கேட்டார், அப்ப இது என்ன ..? படகோட்டி, "ஆமாம் அய்யா ... இதுதான் கீர்த்திபாஷாவின் பெரும்பள்ளம் ..." என்றான்.

"அப்ப ஏன் இந்த நடுராத்திரியில படகை இங்க கொண்டுவந்து நிறுத்தினே? முட்டாள் ... அசடு ..." என்றார்.

“நாம மூணுபேரு இருக்கோம் அப்படின்னுதான் நிறுத்தினேன் பாபு! தண்ணீர் மட்டம் உயர்ந்துகிட்டே போறதே! படகைப் பின்னால திருப்பிக்கிட்டுப் போக முடியாது அய்யா!”

அவன் பேசியதைக் கேட்டுவிட்டு, அந்த மனிதரைப் பார்த்து “என்ன ஸார்! உங்களுக்கு ஏதாவது தெரியுமா? என்ன விஷயம்?” என்று அவரிடம் கேட்டேன்.

அவர் “ஏய்! உன் கெரோஸின் விளக்கை ஏத்திவை. விளக்கை ஏத்தி வச்சிட்டு ஒக்கார்ந்திருக்கலாம் . . . ராத்திரி கழிய இன்னும் நிறைய நேரம் இருக்கு” என்றார். பயம் தெரியவில்லை என்றாலும், ஆச்சர்யம் காரணமாக அப்படியே திகைத்துப்போய்விட்டோம்.

“படகோட்டியிடம் ஒனக்குச் சத்தம் காதில விழுந்திச்சா?” என்று கேட்டார்.

“ஆமாம் பாபு! சத்தம் காதுல விழுந்துதானே நான் தூக்கம் கலைஞ்சு எழுந்து வந்தேன் . . . இதுக்கு முன்னாலேயும் ரெண்டுவாட்டி இதே அழுகுரலைக் கேட்டிருக்கேன் . . .”

“இது, இந்தப் பகுதியில ஒரு அதிசயமான நிகழ்ச்சி. இந்த இடம் சுந்தரவனக் காடுகளுக்கு பக்கத்தில் இருக்கறதாலேயும் ஜனங்க யாருமே இங்கே வசிக்காததாலும் இது போன்ற நிகழ்ச்சிகள் படகோட்டிகளுக்கு மட்டும்தான் தெரியும். இதுக்குப் பின்னால ஒரு சரித்திரம் இருக்குது. ஆனா அந்தக் கதை இந்தப் படகோட்டிகளுக்குத் தெரியாது. அந்தக் கதையை இப்ப நான் ஒங்களுக்குச் சொல்றேன். கேளுங்கள்” என்றார் அவர்.

புகையைக் கக்கிக்கொண்டிருந்த கெரோஸின் விளக்குக்கு முன்பாக உட்கார்ந்தபடி, காட்டுப் பகுதியின் இருளில் மூழ்கி, அந்த மூன்றாம் மனிதரின் கதையைக் கேட்க ஆரம்பித்தோம்.

முன்னூறு வருஷங்களுக்கு முன்னால நடந்த நிகழ்ச்சி, முனிம்கான் அப்போது, ‘கௌட’ தேசத்தின் சுபேதாராக இருந்தார். இந்தப் பக்கத்தில் பன்னிரண்டு பூயியாக்களில், இரண்டு பிரதாபசாலி பூயியாக்கள், ராஜா ராமச்சந்திர ராயும் ஈஷா கான் – இ அலியும் இவர்களின் பிரதாபம் மேலோங்கி இருந்தது. மேகனா நதி சமுத்திரத்தில் சந்திக்கும் இடத்தில் – அதைத்தான் இப்போது ‘சந்த்வீப்’ என்று சொல்கிறார்கள் – அங்கேதான் அப்போது மக் – பதுர்கீஜ் கடல் கொள்ளைக்காரர்கள் வேட்டையைத் தேடி ஷோன பறவை தவம் செய்வது போலக் காத்துக்கிடப்பார்கள்.

அந்தக் காலத்தில் அப்போது இதுபோன்ற அடர்ந்த காடு கிடையாது. இந்தப் பகுதி முழுவதும் கீர்த்தி ராயின் அதிகாரத்தின் கீழ் இருந்தது. இங்கே அவருடைய மிக உறுதி யான பெரிய கோட்டை இருந்தது. மக் கடல் கொள்ளைக்காரர் களுடன் அவர் பலமுறை போரிட்டிருக்கிறார். அவருக்குக் கீழ் சேனை, தளபதிகள், ஆயுதங்கள், கவசங்கள் ஆகிய எல்லாமே இருந்தன. சந்த்வீப் என்னும் தீவு அப்போது பதுர்கீஜ் கடல் கொள்ளைக்காரர்கள் கூடும் முக்கிய இடமாக இருந்தது. இவர்கள் போன்ற கடல் கொள்ளைக்காரர்களிடமிருந்து தங்களைக் காத்துக்கொள்ள இந்தப் பகுதியில் இருந்த ஜமீன்தார் கள் எல்லாருமே தங்கள் அதிகாரத்தின் கீழ் ராணுவ வீரர் களை நல்லபடியாக வைத்திருந்தார்கள். இந்த வனத்தின் மேற்குக் கரையில் இன்னொரு நதி – கால்வாய் என்றுகூடச் சொல்லலாம் – பெரிய நதியில் போய்க் கலந்தது. அது ஓடிய பாதையை இப்போது கூடப் பார்க்க முடியும்.

கீர்த்திராய் மிகவும் கொடுமைக்கார ஜமீன்தாராக இருந் தான். அவனுடைய ராஜ்யத்தில் இருந்த அழகான பெண் களை அவன் விட்டுவைக்கமாட்டான். அதுவுமில்லாமல் அவனே ஒரு வகையில் பெரிய கொள்ளைக்காரனாக இருந் தான். தன் ராஜ்யத்தில் மட்டுமில்லாமல் அக்கம்பக்கத்தில் இருந்த ஜமீன்தாரர்களின் ராஜ்யத்திலும் அவர்கள் நிலப் பகுதியிலும் சொத்து அதிகம் உள்ள குடும்பஸ்தர்களின் பணம், நகைகள், பெண்கள், மனைவிகள் எல்லாவற்றையுமே அவன் கொள்ளையடித்து அக்கிரமம் செய்துகொண் டிருந்தான்.

கீர்த்தி ராயின், நண்பனின் ஜமீன்தாரி நிலப் பகுதி பக்கத்திலேயே இருந்தது. இவர்கள் சந்திர த்வீபத்தின் ராஜா, ராமச்சந்திர ராய்களுக்குக் கப்பம் கட்டுபவர்களாக இருந் தார்கள். இந்தக் காலத்துச் சுதந்திர ராஜாக்களைவிட இந்தக் கப்பம் கட்டும் ஜமீன்தார்கள் மிகவும் செல்வாக்கு உடைய வர்களாக இருந்தார்கள். கீர்த்தி ராயின் நண்பர் இறந்துபோன தும் இளம் வயதினனான அவருடைய புத்திரன் நரநாராயண் ராய் தந்தையின் நிலபுலன்களுக்குச் சொந்தக்காரராகி விட்டார். நரநாராயண் மிகவும் இளைஞனாக இருந்தான். சுந்தர புருஷ னாகவும் சக்திசாலியாகவும் இருந்தான். கீர்த்தி நாராயண னின் பிள்ளை சஞ்சல் ராயின் பிள்ளையும் நரநாராயணனும் சமவயதினர், நண்பர்கள்.

அந்தமுறை கீர்த்தி ராயின் அழைப்பைப் பெற்று நரநாராயண் கீர்த்திராயின் ராஜ்யத்திற்குச் சில நாட்கள் தங்கிப்போக வந்தான். சஞ்சல் ராயின் இளம் வயதினளான

மனைவி லக்ஷ்மி தேவி கணவனின் நண்பனை, நரநாராயண னைத் தெய்வத்தைப் போல அன்பு செலுத்திக் கவனித்துவந்தாள். இரண்டு மூன்று நாட்களுக்குள்ளாகவே அந்த அன்பின் பாதிப் பால் நரநாராயண் குழம்பிப்போனான். நரநாராயண் இளைஞ னாக இருந்தாலும், சற்றே அமைதியாகவும் சிந்தனை வயப் பட்டவனாகவும் இறுக்கமான முகபாவம் கொண்டவனாக வும் இருந்தான். மின்னல் போன்ற – சஞ்சலப் புத்தியுடைய இளம் பெண்ணான, நண்பனின் மனைவி லக்ஷ்மி தேவியின் கேலியும் பரிகாசமும் விளையாட்டுப் பேச்சும் அமைதியான குணம்கொண்ட நரநாராயணனை மிகவும் பாதித்தன. அவளிட மிருந்து தப்பித்து அவனால் இருக்க முடியவில்லை. குளித்து விட்டு வந்தால், தலையில் அணியும் அணிகலன் கிடைக்க வில்லை. தேடியும் கிடைக்காததால், நரநாராயண் ஆயாசத் துடன் படுக்கையில் உட்கார்ந்திருந்துவிட்டு, தன் தலைய ணையை ஏதோ காரணத்திற்காகத் தூக்கியபோது அதன்கீழ் அது வைக்கப்பட்டிருந்தது. இதற்கு முன்னாலும் தலையணைக் கீழ் தேடியபோது கிடைக்காத சாமான் இப்போது கிடைத்தது. அவனுக்குப் பிரியமான இன்னொரு பொருளும் காண வில்லை. தேடித்தேடி அலுத்தபோது, எதிர்பாராத இடத்தில் வைக்கப்பட்டுத் திரும்பவும் கிடைத்தது. வெற்றிலை – பாக்கு அலங்கரித்து வைக்கப்பட்டிருந்ததில் இதுவரை உபயோகப் படுத்தி இராத விஷயங்கள் புதிது புதிதாக இன்று அலங்கரித்து வைக்கப்பட்டிருந்தன. நண்பனின் மனைவியின் விளையாட்டுக் கள் நரநாராயணனால் ஏற்றுக்கொள்ள முடியாத காரணத் தினால், அந்தப் பெண்ணுக்கு மூளை சரியில்லை என்ற தீர்மானத்திற்கு வந்து விட்டிருந்தான் நரநாராயண். நண்பனின் தவிப்பையும், பதற்றத்தையும், குழப்பத்தையும் கண்ட சஞ்சல் ராய் மனதிற்குள் மகிழ்ச்சியாக இருந்தாலும், வெளியில் மனைவியிடம் “பாவம் நான்கு நாட்கள் இங்கே தங்கிவிட்டுப் போகலாமின்னு வந்திருக்கிறான், நீ ஏன் அவனை இந்தப் பாடு படுத்துகிறாய்... அவன் இனிமே இங்கே வரவே யோசிப்பான்” என்றான்.

சில தினங்கள் இப்படி விளையாட்டாகக் கழிந்த பிறகு, கீர்த்தி ராயின் கட்டளையின் பேரில் சஞ்சல ராய் எதோ வேலையாகத் திடீரென்று கௌட நாட்டுக்குப் பயணப்பட வேண்டி வந்தது. நாராயண் ராயும் நண்பனின் மனைவி என்னவெல்லாம் பைத்தியக்காரத்தனம் செய்வாளோ என்று, பயம், சந்தேகம், தவிப்பு இவற்றோடு சில தினங்கள் அங்கே தங்கியிருந்து விட்டுப் பிறகு தன் பஜ்ரா எனப்படும் ஒரு வகை பெரிய படகில் ஏறிக்கொண்டு நிம்மதிப் பெருமூச்சு விட்டான். அவன் கிளம்பும் நேரத்தில் லக்ஷ்மி தேவி “மறுபடி யும் இங்க வரும்போது, உங்கள் நம்பிக்கைக்குப் பாத்திரமான

ஓர் ஆளை அழைத்துக்கொண்டு வாருங்கள், உங்கள் சாமான் கள் காணாமல்போய் நீங்களும் தவிக்க வேண்டாம்” என்று சொல்லிவிட்டுச் சிரித்தாள்.

நரநாராயண ராயின் பஜ்ரா என்ற படகு ராய்மங்களின் படித்துறையை விட்டுக் கிளம்பிய சிறிது நேரத்திற்குப் பிறகு கடல் கொள்ளைக்காரர்கள் மூலம் தாக்கப்பட்டது. அப்போது மதிய நேரம். கடுமையான வெயில் காரணமாகப் படகின் தெற்குத் திசையில் தொடுவானம்வரை நீண்டு பரந்துகிடந்த நீர்ப் பரப்பு, தீட்டிய வாள் போல மின்னியது. கடலின் அந்தப் பகுதியில் வேறு படகுகளே இல்லை. உதவிக்கு யாரும் வரமாட்டார்கள். அந்தப் பகுதி ராய்மங்கள், காலாபதர் நதியின் முகத்துவாரம் – எதிரிலேயே பெரிய கடல் பரப்பு – சந்த்வீப் கால்வாய், கடல் கொள்ளைக்காரர்களின் முக்கிய மான படித்துறை. கடல் கொள்ளையர்கள் தாக்கியதில் நரநாராயணனின் பஜ்ரா படகில் இருந்த ஆட்களில் சிலர் கொல்லப்பட்டார்கள். சிலர் மோசமான வகையில் காயப் பட்டுப் போனார்கள். நரநாராயண் கோபத்துடன் கடல் கொள்ளைக்காரர்களுடன் யுத்தம் செய்யப் போய்த் தொடை பகுதியில் எதோ ஓர் ஆயுதத்தால் குத்தப்பட்டு நினைவிழந்து கீழே விழுந்து விட்டான்.

நினைவு திரும்பியபோது, தான் ஓர் இருள் சூழ்ந்த இடத் தில் படுத்துக்கிடந்தது புரிந்தது. அவன் கண்முன்னால் நட்சத்திரம் போல ஏதோ ஒன்று ஜ்வலித்துக்கொண்டிருந்தது. சிறிது நேரம் கண்விழித்துக் கவனமாகப் பார்த்த பிறகுதான் புரிந்தது – எதை மின்னும் நட்சத்திரம் என்று நினைத்தானோ அது இருள் சூழ்ந்த குகையின் வாயில் பகுதியிலிருந்து வந்த ஒளிவெள்ளம். தான் குகையினுள் தரையில் படுத்துக்கொண் டிருந்ததையும், குகையின் சுவர் முழுவதும் பச்சைப்பசேல் என்று பாசி படர்ந்துகிடந்ததையும் கவனித்தான்.

இன்னும் சில தினங்களும் இரவுகளும் கழிந்தன. அவனுக் காக யாரும் எந்த உணவும் கொண்டுவந்து கொடுக்கவில்லை. யார் அவனை இங்கே கொண்டுவந்து போட்டார்களோ உணவே கொடுக்காமல் வைத்து அவனைக் கொன்று போடுவது தான் அவர்களுடைய எண்ணமாக இருக்க வேண்டும். மரணம்! தவிர்க்க முடியாத மரணம்!

அன்றைய தினமும் கழிந்தது. காயம் காரணமாக வந்த வலி, தாகம், பசியினால் தவித்த நரநாராயணன் களைத்துப் போன உடலோடு மரணத்தை எதிர்பார்த்துக் காத்துக்கொண் டிருந்தான். இயற்கையில் இருக்கும் ஒரு சக்தி மயக்க மருந்து போல வேலைசெய்து மரணத் தருவாயில் இருக்கும் மனிதர்

களை, அவர்களுடைய வலி, வேதனை இவற்றிலிருந்து விடுவித்துக் காப்பாற்றும். அந்த இரக்கம், கருணைகொண்ட மரண மயக்கம் மெல்ல வந்து நரநாராயணனைத் தழுவியது. வெகுநேரம் கழித்து – எவ்வளவு நேரம் என்பது தெரியாது – திடீரென்று கண்களில் ஒளி வெள்ளம் பாய்ந்து நித்திரை கலைந்தது. திகைத்துப்போன நரநாராயண் கண்களை விழித்துப் பார்த்தார். அவர் கண் எதிரில் கையில் விளக்குடன் நண்பனின் மனைவி லக்ஷ்மி தேவி நின்றுகொண்டிருந்தாள். எதோ பேச முயன்ற நரநாராயண், லக்ஷ்மிதேவி எதோ சைகைகாட்டி யதைக் கண்டதும் சட்டென்று பேசுவதை நிறுத்திக்கொண் டான். லக்ஷ்மி தேவி விளக்கைப் புடவைத் தலைப்பால் மூடியபடி, நரநாராயணனைத் தன்னைத் தொடர்ந்து வரும்படி சைகைகாட்டினாள். நரநாராயணனுக்குச் சந்தேகம் வந்தது – இது கனவோ? ஆனால் இந்த விளக்கின் ஒளியில் பசுமையான பாசிக் கூட்டம் கூட்டமாகச் சுவரில் படர்ந் திருப்பது தெளிவாகக் கண்ணில் படுகிறதே!

நரநாராயண் திடகாத்திரமான இளைஞன். பசி காரண மாகப் பலஹீனமாகிப் போயிருந்தாலும் நிச்சயமான மரணத்தி லிருந்து தப்பிக்க வேண்டும் என்ற உற்சாகத்தில் அவன் உறுதி யான காலடிகளை வைத்து முன்னால் சென்றுகொண்டிருந்த, நண்பனின் மனைவிக்கு பின்னால் சென்றுகொண்டிருந்தான். வளைந்து செல்லும் படி வழியாக ஏறி மேலே இருந்த சுரங்கப் பாதை வழியாகச் சென்ற பிறகு கீர்த்திராயின் மாளிகையின் எதிரில் இருந்த கால்வாய்க்கருகில் வந்து சேர்ந்ததை நரநாராயண் கவனித்தான். லக்ஷ்மி தேவி மூங்கிலாலான ஆன ஒரு சிறு பையை அவன் கையில் கொடுத்து “இதில் சாப்பாடு இருக் கிறது, இங்கே சாப்பிடாதே... உனக்கு நீச்சல் தெரியுமா கால்வாயின் மறுகரைக்குப் போய் அங்கே உட்கார்ந்து சாப்பிட்டு விட்டு, சீக்கிரமே இந்த இடத்தை விட்டு ஓடிப் போ” என்றாள்.

விஷயம் என்ன என்பது நரநாராயணனுக்குக் கொஞ்சம் புரிந்தது. அவனுடைய பரந்த ஜமீன்தாரி நிலப்பகுதி கீர்த்தி ராயின் ஜமீன்தாரி நிலப்பகுதிக்கு அருகில்தான் இருந்தது. அவன் இல்லாத நேரத்தில் கீர்த்திராய்தான் தனுஜ் மர்த்தனர் களின் வம்சத்தைச் சேர்ந்தவர்களுடைய எதிர்காலக் குத்தகை யைப் பெறக்கூடியவர். அத்தனை பெரிய பரந்த பூமிச் சொத்து படைவீரர்களுடன் கீர்த்தி ராயின் கைக்குள் வந்துவிட்டால் அவருக்கு வேறு என்ன வேண்டும்? அவருக்கு ஒரு பக்கத்தில் பாக்லா, சந்த்ரத்வீப், இன்னொரு பக்கத்தில் பூலுயாரின் சக்தி வாய்ந்த பூயியா ராஜா லக்ஷ்மி நாராயண் இருந்ததன் காரணமாகக் கீர்த்திராய் கொஞ்சம் அடங்கி இருந்தார்.

விளக்கொளியில் நரநாராயண் நண்பனின் மனைவியின் முகத்தை நிமிர்ந்து பார்த்தபோது அதில் விளையாட்டு, சிறு பிள்ளைத்தனம், கேலி, பரிகாசம் என்ற எந்த உணர்வும் இல்லை. அவள் முகம் கருணையும் அன்பும் பாசமும் நட்பும் நிறைந்த தாயின் முகம்போல மென்மையாக இருந்தது. அவர்கள் இருவரையும் சுற்றிக் கனத்த இருள் படர்ந்துகிடந்தது. தலைக்கு மேலே வானத்தின் இருதயத்தைப் பிளந்து கொண்டு தொடுவானம்வரை ஒளியுடன் கூடிய நிழல் பாதை. அருகில் இருந்த கால்வாயில் நீர்மட்டம் ஏறி இறங்கிக்கொண்டிருந்ததாலும் நதியில் வேகம் அதிகமாக இருந்ததாலும் கரையில் இருந்த, 'ஹோக்லா' மரம் ஆடி ஆடி, 'கலகல' என்ற சப்தத்தை எழுப்பியபடி நதியை நோக்கி ஓடியது... நரநாராயண் ஆவேசம், வேகம் நிறைந்த குரலில், கேட்டான்: "நண்பனின் மனைவியே! உன் கணவன், என் நண்பன் சஞ்சல் ராயும் இந்தச் சதித்திட்டத்திற்குள் இருக்கிறானா?" லக்ஷ்மி தேவி "இல்லை தம்பி! அவருக்கு இங்கு நடப்பது எதுவும் தெரியாது. இத்தனை சதித்திட்டத்திற்கும் காரணம் மாமனார்தான். இப்படி ஒன்று அவர் நிகழ்த்தத் திட்டமிட்டிருந்ததால் உங்கள் நண்பரை வேறு இடத்திற்குத் திட்டமிட்டே ஏதோ காரணம் சொல்லி அனுப்பிவைத்திருக்கிறார். கௌட நாட்டுக்குப் போகச் சொன்னது வெறும் கண்துடைப்பு என்று எனக்கு இப்போது தோன்றுகிறது."

அவமானம், வெட்கம், வேதனை காரணமாக லக்ஷ்மி தேவியின் முகம் வெளுத்துப்போயிருந்ததை நரநாராயணன் கவனித்தான். லக்ஷ்மி தேவி "எனக்கு இது இன்று தெரியவந்தது. கிடுக்கி கோட்டையின் காவலாளி சர்தார் என்னை அம்மா என்றுதான் அழைப்பான். அவன் உதவியுடன் இரவு, பகல் காவலாளிகளை எல்லாம் விலக்கிவைத்துவிட்டேன். அதனால்தான் ..."

நரநாராயண் "அண்ணி! எனக்கு ஒரு இளைய சகோதரி இருந்தாள். சிறு வயதிலேயே செத்துப்போய்விட்டாள். இனி நீயே என் இளைய சகோதரி... இன்று அந்தச் சகோதரி உன் வடிவில் திரும்பி வந்து கண்முன்னால் நிற்கிறாள்" என்றான்.

லக்ஷ்மி தேவியின் அன்றலர்ந்த தாமரை போன்ற முகம் கண்களிலிருந்து வழிந்த கண்ணீரில் மூழ்கிக்கொண்டிருந்தது சற்றே தவிப்புடன் "தம்பி! சொல்லத் தைரியம் வரவில்லை, ஆனாலும் சொல்கிறேன், சகோதரி என்று நீ நினைத்தால் ..."

நரநாராயண் "என்ன விஷயம் அண்ணி?" என்று கேட்டான். லக்ஷ்மி தேவி "நீ எனக்கு வாக்குக் கொடுக்க

வேண்டும். உன் நண்பரின் தந்தையை என் மாமனாரை நீ எந்த வகையிலும் பழிவாங்க நினைக்கக் கூடாது ...” என்றாள்.

நரநாராயண் சிறிது நேரம் எதோ யோசித்தான். அதற்குப் பிறகு “நீ என் உயிரைக் காப்பாற்றி இருக்கிறாய். உனக்கு நான் வாக்குறுதி கொடுக்கிறேன். நீ உயிருடன் இருக்கும்வரை உன் மாமனாருக்கு எந்த விதமான கெடுதலையும் நான் செய்யமாட்டேன்” என்றான்.

விடைபெறும் முன் நரநாராயண், “அண்ணி நீ தனியாகத் திரும்பிப் போக முடியுமா?” என்று கேட்டான்.

“நான் போய்விடுவேன். ஆனால் உன்னால் எத்தனை தூரத்திற்குப் போக முடியுமோ அத்தனை தொலைவிற்குத் தண்ணீருக்குள்ளேயே மூழ்கியபடியே நீந்திச் சென்று உனக்குத் தெரிந்த பாதுகாப்பான இடத்தில் கரையேறு ...” என்றாள்.

நரநாராயண் அடர்ந்த கிருஷ்ணனைப் போன்று கறுத்துக் கிடந்த இருளில், ஓசைப்படாமல் கால்வாய்த் தண்ணீருக்குள் மூழ்கிக் கலந்து, மறைந்து போனான்!

லக்ஷ்மி தேவி கையில் பிடித்துக்கொண்டிருந்த விளக்கு அணைந்துபோய் வெகுநேரமாகிவிட்டது. அவள் இருளில் மாமனாரின் கோட்டையை நோக்கி நடந்தாள். சிறிது தூரம் நடந்த பிறகு பக்கத்தில் இருந்த சிறிய கால்வாயில் இரண்டு தீவட்டிகளில் ஒளி தெரிந்ததை அவள் கவனித்தாள். பயத்தால் அவள் இதயத்தில் ரத்தம் சில்லென்று உறைந்துபோயிற்று – ஸர்வநாசம்தான்! இவர்களுக்கு என்னைத் தெரிந்துபோய் விட்டதா? மிக வேகமாக நடந்துபோய் மறைவிடத்தில் இருந்த சுரங்கப் பாதைக்கு அருகில் வந்ததும் அந்தப் பாதை திறந் திருந்ததைக் கவனித்தாள். அவள் பதற்றத்துடன் அவசரம் அவசரமாகச் சுரங்கப் பாதைக்குள் நுழைந்தாள்.

கையில் இருக்கும் ஐந்து விரல்களில் ஒன்று விஷமாகப் போய்விட்டால் கூட அதை வெட்டி எறிவதைத் தவிர வேறு வழியில்லை என்பது கீர்த்தி ராய்க்கு நன்றாகவே தெரியும். அதுதான் உடலுக்கு நல்லது. மறுநாள் பகல்பொழுது வந்தது. இரவு வந்தது. அதற்குப் பிறகு பல பகல் பொழுதுகளும் இரவுப் பொழுதுகளும் வந்துபோயின. ஆனால் லக்ஷ்மி தேவியை அதற்குப் பிறகு யாருமே இதுவரை பார்க்கவில்லை. இரவின் கொடூரமான இருள் அவளை அப்படியே கவ்வி விழுங்கி விட்டிருந்தது ...

நரநாராயண் ராய் தன் சொந்த ராஜ்யத்தில் தன் அரண்மனையில் உட்கார்ந்தபடியே எல்லா விஷயங்களையும்

கேள்விப்பட்டான். சுரங்கப் பாதையின் இரு வாயில்களையும் மூடிக் கீர்த்தி ராய் தன் சொந்த மருமகளின் மூச்சை நிறுத்தி விட்டார், அவளைக் கொன்றுவிட்டார். இதைக் கேள்விப் பட்டதும் நரநாராயண் பேச்சிழந்து நின்றான்... இதற்குச் சில தினங்களுக்குப் பிறகு அவன் காதில் விழுந்த செய்தி. 'வாஷுந்தார் லக்ஷ்மண் ராயின்' பெண்ணுடன் சீக்கிரமே சஞ்சல் ராயின் திருமணம் நடக்கப்போகிறது என்பது.

அன்றைய தினம் இரவு நிலவு எழுந்ததும் தன் மாளிகை யின் உப்பரிகையில் உலாவிக்கொண்டே நான்கு திக்கிலும் பரவியிருந்த வெண்மையான அழகு நிறைந்த ஒளியில் கடல் பிரதேசத்தின் மீது தன் பார்வையைச் செலுத்திய, நரநாராய ணின் உறுதியான மனமும் கலங்கிக் கண்ணிமைகள் நனைந்து கசகசத்தன. துரதிருஷ்டம் பிடித்த இதயத்தில் நல்லது தவிர வேறு எதுவுமே நினைக்காத களங்கமில்லாத, நட்பின் சிகரமான, நண்பனின் மனைவியின் தூய்மையான அன்பில் உலகமே மூழ்கிக்கொண்டிருக்கிறதோ என்று அவனுக்குத் தோன்றியது. நிலவொளியினால் மூழ்கடிக்கப்பட்ட கரிய செடி, கொடிகள் நிறைந்த வனபூமியின் ஒவ்வொரு பகுதி யிலும் கரிய அழகிய லக்ஷ்மீகரமான மௌனமான அமைதி நிறைந்த ஆகாயத்தின் கீழே லக்ஷ்மி தேவியின்... அவன் இளைய சகோதரியின் குறும்புச் சிரிப்பு ஒவ்வொரு விண்மீனி லும் புத்தம் புதிதாக மலர்ந்த மல்லிகை மலர்களைப் போல மலர்ந்து விகசித்துக்கொண்டிருந்ததாக அவனுக்குத் தோன்றியது நரநாராயணனின் முன்னோர்கள் கொடுமையான, பயங்கர மான பூமிப் பிரதேசத்தை அதிகாரத்திற்குள் ஆட்படுத்திக் கொள்ளும் கொள்ளைக்காரர்களாக ஒரு காலத்தில் இருந் தார்கள். திடீரென்று முன்னோர்களின் அந்தக் கொதித்து ஆரவாரம்செய்யும் குருதியானது நரநாராயண் ராயின் தமனி களில் நாட்டியமாடத் தொடங்கியது. சகோதரி! எனக்கு ஏற்பட்ட அவமானத்தை நான் மறந்துவிட முடியும். ஆனால் அன்பே உருவான சகோதரி! உனக்கு ஏற்பட்ட அவமானத்தை இனியும் என்னால் சகித்துக்கொண்டிருக்க முடியாது. ஒரு நாளும் இல்லை...!

நாட்கள் கழிந்தன. ஒரு நாள் குளிர்காலத்தில் விடியற் காலையில் ராத்திரியின் பனிப்படலம் நீங்கத் தொடங்கிய உடனேயே கீர்த்தி ராயின் கோட்டையைச் சுற்றி இருந்த கால்வாயில் சிறிய படகுகள், பெரிய படகுகள், கப்பல் போன்றவை நிறைந்து நின்றுகொண்டிருப்பதைக் காண முடிந்தது. துப்பாக்கிச் சூட்டின் அதிரடியான ஒலியால் கீர்த்திராயின் மாளிகை, கோட்டை இவற்றின் அஸ்திவாரமே நடுங்கிக்கொண் டிருந்தது. கீர்த்தி ராய்க்குச் செய்தி வந்தது – 'தாக்குதல் நடத்திக்

கொண்டிருப்பவன் நரநாராயண் ராய் என்று அவனுக்குத் துணையாகப் போராடிக்கொண்டிருப்பவன் போர்த்துக்கீசியக் கடல் கொள்ளைக்காரன், செபாஷ்டியோ கோஞ்ஜாலேஸ்!'

இந்தத் தாக்குதல் குறித்து முன்பே செய்தி வந்துவிட்டதால், கீர்த்தி ராய் தயாரான நிலையில் இருந்தார். வெறுமனே தயாராக இருக்கவில்லை. ஆனால் நரநாராயணனும் கோஞ்ஜாலெஸ்ஸும் ஒன்றுசேர்வார்கள் என்று அவர் கொஞ்சமும் எதிர்பார்க்கவில்லை. ராஜா ராமச்சந்திர ராய் மற்றும் ராஜா லக்ஷ்மண் மாணிக்கர் இவர்களுடன் கோஞ்ஜாலெஸ்ஸுக்குச் சில வருடங்களாகப் பகைமை இருந்துவந்தது. இந்த நிலையில் கோஞ்ஜாலெஸ், அவர்களுடைய குத்தகைக்கார ஜமீன்தார் நரநாராயண் ராயுடன் சேர்ந்து . . . கீர்த்தி ராய் முற்றிலும் எதிர்பாராத நிகழ்ச்சி இது. கீர்த்தி ராயின் கோட்டையிலிருந்தும் குண்டுகள் எதிரியை நோக்கிச் சீறிப் பாய்ந்தன. கோஞ்ஜாலெஸ் படகுகளைச் செலுத்தி யுத்தம் செய்வதில் கைதேர்ந்த அபாரமான வீரன்! அவனுடைய அதிகாரத்தின் கீழ் இருந்த பெரிய படகுகள் சுற்றிச் சுற்றி வந்து கோட்டைக்குப் பக்கத்தில் இருந்த சிறிய கால்வாய்க்குள் நுழைந்ததுமே கீர்த்தி ராயின் படகுப் படையின் ஒரு பகுதி வழியைத் தடங்கல் செய்தன. கோட்டையின் பீரங்கிக் குண்டு அந்த இடத்தில் மிகவும் கடுமையாக இருந்தது. கால்வாயின் வாயில் பக்கம் வந்தால் வீரர்கள் செத்து விழுந்தார்கள். கோஞ்ஜாலெஸ் இரண்டு பீரங்கி சுமந்த பெரிய படகுகளைச் சிறிய கால்வாயின் வாயில் பக்கம் நிறுத்திவிட்டு மற்றவற்றை, அங்கிருந்து சுற்றி வரச் செய்து பின்பக்கமாக நிறுத்திவைத்தான். கோஞ்ஜாலெஸ்ஸின் அதிகாரத்தின் கீழ் இருந்த இன்னொரு கடல் கொள்ளைக்காரன் – மைக்கேல் ரோஜாரியே டி பேகா இந்தச் சிறிய படகைக் கால்வாயின் உள்ளே நுழைத்துக் கோட்டையின் மேற்குத் திசையில் தாக்குவதற்காகத் தயாராக இருந்தது.

இந்த எதிர்பாராத தாக்குதல் காரணமாகக் கீர்த்தி ராயின் படகு வீரர்கள், கால்வாயினுள் நன்றாக அகப்பட்டுக் கொண்டு – வெளியில் நதியில் போய்ப் போராட அவர்களுக்குத் திறமை சிறிதும் இருக்கவில்லை. ஆனாலும் கீர்த்தி ராயின் வீரர்களின் வீரம் காரணமாக ரோஜாரியோவால் வெகுநேரம் எதுவும் செய்ய முடியவில்லை. கீர்த்தி ராயின் படகுப் படை பலஹீனமாக இல்லை. கீர்த்தி ராயின் கோட்டையிலிருந்து போர்த்துகீஸ் கடல் கொள்ளைக்காரர்களின் கூடாரம் இருந்த தீவு வெகுதொலைவில் இல்லை. அதனால்தான் கீர்த்தி ராயின் படகு – வீரர்களின் சேனையை மிகவும் உறுதியாக, வலிமைமிக்கதாக ஆயத்தப்படுத்த வேண்டி இருந்தது.

மாலை நேரத்திற்குள் ரோஜாரியோவின் பீரங்கிக் குண்டு களுக்கு முன்பாக, கோட்டையின் மேற்குப் பக்கம் ஒரேயடி யாக நொறுங்கி விழுந்துவிட்டது. கீர்த்தி ராயின் கோட்டை யின் பீரங்கிகள் மௌனமாகிப்போய்விட்டன. நதியின் இரு கரைகளிலும் சந்தியாக் காலம் இறங்கி வந்துவிட்டிருந்தது. அமைதி நிறைந்த வானில் கோட்டான்களும் பருந்துகளும் கீர்த்தி ராயின் கோட்டைக்கு மேலாகச் சுற்றிச் சுற்றி வட்ட மடித்தபடி இருந்தன! திடீரென்று வெற்றியில் உன்மத்தமாகி நின்றுகொண்டிருந்த நரநாராயண் ராயின் கண்களுக்கு எதிரில் நண்பனின் மனைவி – விடைபெற்றுக்கொண்டு போனாளே அந்த இரவில் – தாமரை போன்ற முகம் வேதனை காரண மாக வாடிப்போயிருந்த முகம் பயத்தில் கோழையாகி, வேண்டு கோள் நிறைந்த கெஞ்சல் நிறைந்த கண்கள் இரண்டும் அவ னுக்கு நினைவுக்கு வந்தது. திடீரென்று சுயநினைவுக்கு வந்தவ னாகி, மிகவும் கவலையும் வருத்தமும் கொண்டான். என்ன? இதென்ன? அவன் இப்படிச் செய்துவிட்டானே இப்படி ஒரு காரியம் செய்து . . . தன் பாசம் நிறைந்த தனக்கு உயிர்ப்பிச்சை கொடுத்த தெய்வத்தின் கடைசி வேண்டுகோளை அவன் நிராகரித்துவிடுவானா?

நரநாராயண் ராய் கட்டளை இட்டான்! கீர்த்திராயின் குடும்பத்தில் இருப்பவர்களில் யாருடைய உயிருக்கும் எந்த விதமான கெடுதலும் வந்துவிடக் கூடாது!

சற்றைக்கெல்லாமே செய்தி வந்தது! கோட்டைக்குள் யாருமே இல்லை, நரநாராயண் ராய்க்கு ஆச்சர்யமாக இருந்தது. அவனே கோட்டைக்குள் நுழைந்தான். அவனும் கோஞ்ஜாலெ ஸூம் சேர்ந்து கோட்டையின் ஒவ்வொரு பகுதியையும் அலசித் தேடிப் பார்த்தார்கள். உண்மையிலேயே யாருமே எங்குமே இல்லை. போர்த்துகீசியக் கடல் கொள்ளைக்காரர்கள் கோட்டை யினுள் கொள்ளையடிக்க முனைந்தபோது விலைமதிப்புள்ள நகைகள் பணம் என்று எதுவுமே அதிகம் கிடைக்கவில்லை. மறுதினம் மதியம்வரை கொள்ளையர்கள் கோட்டையினுள் அமர்க்களம் செய்துகொண்டிருந்தார்கள் . . . கீர்த்திராயின் குடும்பத்தினரில் யாருமே கிடைக்கவில்லை. மாலையில் நரநாராயண் இரண்டு பெரிய படகுகளைக் கால்வாய்முன் காவலாக நிறுத்திவிட்டு தன்னிருப்பிடத்திற்குத் திரும்பி வந்தார்.

இந்த நிகழ்ச்சிகளுக்குச் சில தினங்களுக்குப் பிறகு போர்த்துகீசியக் கொள்ளையர்கள் கொள்ளையடித்துக் கொண்டுபோன பிறகு கீர்த்திராயின் ஒரு வேலைக்காரன் கோட்டையினுள் பிரவேசித்தான். தாக்குதல் நடந்த அன்றே

இந்த வேலைக்காரன் இன்னும் பலருடன் சேர்ந்து கோட்டையை விட்டு ஓடிவிட்டான். சுற்றிப் பார்த்துக் கொண்டே வந்தபோது ஒரு தூண் மறைவில் அடிபட்ட ஒருவன் அவனைக் கூப்பிட்டு அவனிடம் ஏதோ சொல்ல விரும்பியதைப் புரிந்துகொண்டு அருகில் போய்ப் பார்த்த போது அவன் கீர்த்தி ராயின் குடும்பத்திற்கு மிக நம்பகமான பழைய வேலைக்காரன் என்பது தெரிய வந்தது. அவன் மரணத் தருவாயில் தெளிவில்லாமல் சொன்ன விஷயங் களைக் கேட்ட இந்தப் புதிய வேலைக்காரனுக்கு மண்டை யோட்டுக்குள் வியர்த்துக் கொட்டியது! கீர்த்தி ராய், தன் குடும்பத்தினருடன், ஆபரணங்கள், தங்கக் காசுகள், விலை மதிப்பில்லா ரத்தினங்கள் இவற்றோடு பூமிக்கடியில் ஒரு ரகசியமான இடத்தில் அடைக்கலம் புகுந்திருக்கிறார் என்றும் தனக்கு மட்டும்தான் அந்த இடம் தெரியும் என்றும் சொன் னான். அந்தக் காலத்தில் பலவிதமான ரகசிய இடங்கள் எல்லார் வீடுகளிலும் இருக்கும். ஆனால் இந்த ரகசிய இடத்தை வெளியிலிருந்து யாராவது திறந்துவிட்டால் தான் ஒளிந்துகொண்டிருப்பவர்கள் அந்த ரகசிய இடத்தை விட்டு வெளியில் வர முடியும். திறக்காவிட்டால் அவர்களால் அந்த இடத்திலிருந்து வெளியில் வரவே முடியாது. வழியே கிடையாது. கீர்த்திராய் தன் குடும்பத்துடன் ஒளிந்துகொண் டிருக்கும் அந்த ரகசிய இடம் எங்கே இருக்கிறது என்பதைச் சொல்லும் முன்னரே அந்த அடிபட்ட ஆள் சட்டென்று இறந்து போய்விட்டான். எத்தனையோ வருஷங்கள், எத்தனை யோமுறை பூமிக்கடியில் இருக்கும் அந்த ரகசிய இடத்தை யாராலும் எப்படித் தேடியும் கண்டுபிடிக்க முடியவில்லை.

இப்படியாகக் கீர்த்தி ராயும் அவருடைய பரிவாரங்களும் குடும்பமும் உணவில்லாமல் மெல்ல மெல்ல, மூச்சுத்திணறி மூச்சுத் திணறிக் கோட்டைக்குள் இருந்த ஒரு ரகசிய அறைக் குள் விழுந்துகிடந்தார்கள். அவர்களை யாராலும் தேடிக் கண்டுபிடிக்கவே முடியவில்லை. அந்த மிகப் பெரிய மாளிகை – கோட்டை, மலை போன்ற மண் – கல் இவற்றினால் அழுத்தப் பட்டு, அந்தத் துரதிருஷ்டம் பிடித்தவர்களின் எலும்புக்கூடு களைக் காற்றே இல்லாத இருண்ட ரகசிய அறைக்குள் மெல்ல மெல்லப் பொடிப்பொடியாக்கிவிட்டது என்கிற விஷயம்கூட வெளியில் யாருக்கும் தெரியாது.

அந்தச் சிறிய கால்வாய் சந்த்வீப் சானலின் ஒரு கிளை. அதன் ஓரத்திலிருந்து சிறிது தொலைவு சென்றால், அடர்ந்த காட்டினுள் கீர்த்தி ராயின் கோட்டையின் விசாலமான இடிபாடுகளை இன்று போய்ப் பார்த்தாலும் காண முடியும்.

கால்வாயிலிருந்து சற்றுத் தொலைவில் காட்டினுள் இரண்டு வரிசை, மிகப் பழைய மகிழ மரங்களைக் காணமுடியும். இப்போது இந்த மகிழ மரத்திற்கு அப்பால், துளைக்க முடியாத காடு, சூலம் போலக் குத்தும் முட்களை உடைய வனப் பிரதேசம்தான் இருக்கிறது. முன்பு இந்த இடத்தில் கீர்த்தி ராயின் கோட்டைக்குப் போகும் ராஜபாதை இருந்தது. இன்னும் சிறிது தொலைவு போனால் பெரிய ஏரி கண்ணில் படும். அதற்குத் தெற்குத் திசையில் பொடியான கற்களின் காட்டுச் செடிகளால் மூடப்பட்ட, ஸ்தூபம் உடைந்த தூணின் ஒரு பாகம் – பூமியாக்களின் பங்களாவிலிருந்து, ராஜா ப்ரதா பாதித்யா ராயின் பங்களாவிலிருந்து நிகழ்கால யுகத்தின் ஒளியில் எட்டிப் பார்த்துக்கொண்டிருந்தது. ஏரியின் கரை யோரத்தில் கடந்த காலத்துக் கடந்த யுகத்தின் ராஜகுடும்பத் தினரின் நாட்டுப் பெண்களின் செம்பஞ்சுக் குழம்பு பூசிய பாதங்களின் அடையாளங்கள் பதிந்திருந்தன. ஆனால் இன்றோ பெரிய பெரிய புலிகளின் காலடிச் சுவடுகள் பதிந்துகிடக் கின்றன. கோக்ரா – கேவுடே பாம்பு வகைகள், படத்தைத் தூக்கியபடி சுற்றிச்சுற்றி வந்துகொண்டிருந்தன.

வெகுதினங்களாகவே இங்கே ஓர் அதிசயம் நிகழ்ந்துகொண் டிருக்கிறது. மதியம், இரவு காலத்தில் காட்டுப் பிரதேசம் மயான அமைதியில் ஆழ்ந்துகிடக்கும்போது, 'ஹிந்தால் ஹிஜல்' மரங்களின் கறுப்பு வேர்கள் இருளில் காட்டுப் பிரதேசத்தில் பிரேதத்தைபோல நின்றுகொண்டிருக்கையில், சந்த்வீப் சானலில் நீர்மட்டம் உயர்ந்து அலைகள் எழும்புகையில், நிலவொளி பட்ட உப்பு ஜலம் கால்வாயின் மேல்பகுதியில் மின்மினிப் பூச்சியைப் போல மின்னிக்கொண்டிருக்கும். அப்போது, அந்தக் கால்வாய் வழியாகப் படகில் போகும் தேன், மெழுகு இவற்றைச் சேகரிப்பவர்கள் எத்தனையோ முறை இருள் நிறைந்த காட்டின் உள்பகுதியிலிருந்து யாரோ சிலர், அலறிக் கூக்குரலிடுவதைப் பயத்துடன் கேட்டிருக்கிறார்கள். "ஓ! பாதையில் போகிறவர் களே!.. படகில் போகிறவர்களே!.. நாங்க இங்க மூச்சு முட்டிச் செத்துப்போய்க்கொண்டிருக்கிறோம் . . . தயவுசெய்து எங்களைக் கைதூக்கிவிடுங்க . . . யாராவது எங்களைக் கைதூக்கி விடுங்க . . ."

பயம் காரணமாக இப்போது யாரும் படகில் அந்த வழியாகப் போவதில்லை!

பூர்ணிமா

வண்டி கிளம்புவதற்கான நேரம் தாண்டிவிட்டது. இன்னும் வண்டி புறப்படுவதற்கான மணி அடிக்கவில்லை. வண்டியில் இருந்த பயணிகள் அவரவருக்குத் தோன்றியதைச் சொல்லிக் கொண்டிருந்தார்கள்.

"படோகேச்சேயில் இறங்கி கிட்டத்தட்ட ஐந்து மைல் தூரம் போக வேண்டியிருக்கும் அய்யா! மணி நாலாகி விட்டது. இன்னும் வண்டி கிளம்புவதற்கான அறிகுறியே காணோம் – எப்போ வீடுபோய்ச் சேருவதுன்னே புரியவில்லையே?"

"இவங்களே இப்பிடித்தான் ... வாங்க எல்லாருமே சேர்ந்து காகிதத்துலே கம்ப்ளெயிண்ட் எழுதிக் குடுக்கலாம்" என்று யாரோ ஒருத்தர் சொன்னார். அன்றைய தினம், இரண்டு வண்டிகளுக்கான பயணிகள் ஒரே வண்டியில் போனார்கள். நிற்கக்கூட இடமிருக்கவில்லை. அப்படியும் கதம்தலாவுக்கு ரயில் ஒருமணிநேரம் தாமதமாகத்தான் வந்தது.

"ஆபீஸ் நேரத்தில் கொஞ்சம் சரியாகப் போகும் வரும். அதுக்கப்புறமா எல்லா வண்டிக்கும் ஒரே கதிதான்."

"இந்த லைனில் வீட்டைக் கட்டிப் போட்டு பெரிய தப்பு செய்துட்டேனய்யா. ரிட்டையர்டாகிட்டேன், எங்க வீடு கட்டறது, எங்க வீடு கட்டுறதுன்னு ... என் மாமனார் தன் கிராமத்தில வீடு கட்டச் சொன்னார்."

"அது எங்கய்யா?"

"இதோ இந்த ப்ரஸாத்பூர் ... பெண்களுக்குக் குழந்தைகள் பொறக்காட்டி, ரட்சை செய்து குடுப்பாங்க ... ஹௌரா மைதானத்திலேருந்து இருபத்தைந்து மைல்

தூரத் தில் . . . அதிகத் தூரமில்ல . . . கல்கத்தா பக்கத்துல இருக்கு . . . செலவு கொறைவா இருக்கும் . . . கிராமப் பகுதி . . . மாமனார் வீட்டுக்காரங்க எல்லாருமே இருக்காங்க . . . அப்போ இது மாதிரி நடக்கும்னு யாருக்குத் தெரியும்? மூவாயிரம் நாலாயிரம் ரூவா செலவழிச்சி வீடு கட்டினேன். இப்ப பார்த்தா ஒரேயடியா எங்க பார்த்தாலும் . . . அக்கம்பக்கத்தில் மலேரியா, போக வர ஒரே பிரச்சனை, இருபத்தியஞ்சு மைல் தூரம் போயிட்டு வரதுக்குள்ள உயிரே போயிட்டு வருது . . . இந்த ஸ்டுப்பிட் வண்டிகள்ளாம் . . .”

“இருபத்தியஞ்சு மைல் எங்க ஸார், எழுபத்தியஞ்சு மைல்னு சொல்லுங்க. எனக்கு அப்பா வீடு இந்த ப்ரஸாத்பூருக்குப் பக்கத்தில நரோத்தம்பூரில் இருக்கு. தினமும் போயிட்டு வரேன் . . . சில சமயம் அழுகை வந்தடுது . . .”

நான் சம்பாடாங்காவுக்குப் போய்க்கொண்டிருந்தேன். இந்தப் பாதையின் கடைசி ஸ்டேஷன். அவர்கள் பேசிக் கொண்டிருந்ததைக் கேட்டதும் கொஞ்சம் பயமாக இருந்தது. ஸ்டேஷனிலிருந்து நான்கு மைல் தூரத்தில் தாமோதர் நதிக்கு இந்தப் பக்கத்திலேயே என் சித்தி வீடு இருந்தது. சித்தப்பா மரணப் படுக்கையில் இருந்தார். கடிதம் போட்டிருந்தார்கள், அதனால் பார்க்கப்போய்க்கொண்டிருந்தேன். இவர்கள் பேச்சைக் கேட்டால், எப்போது போய்ச் சேருவேனோ என்று கவலை யாக இருந்தது.

அந்தக் கம்பார்ட்மெண்ட்டின் ஓரத்தில் இளைஞன் ஒருவ னும் யுவதி ஒருத்தியும் உட்கார்ந்திருந்தார்கள். வயது பதினேழு பதினெட்டு இருக்கலாம். அந்தப் பெண் பூப்போட்ட ஸில்க் புடவை உடுத்தியிருந்தாள். காலில் செருப்பு அணிந்திருந்தாள். கூந்தல் சற்றே கலைந்து கிடந்தது. ஜன்னல் வழியாக வெளியே பார்த்துக் கொண்டிருந்தாள். அந்த இளைஞன் மற்றவர்கள் பேசுவதைக் கவனமாகக் கேட்டுக் கொண்டிருந்தான். அவ்வப் போது வெளியில் போய் சிகரெட் பிடித்துக் கொண்டிருந் தான்.

வண்டி ஓட ஆரம்பித்த பின் மூன்று, நான்கு ஸ்டேஷன்கள் வந்தன. பீடா, காய்கறி, உருளைக் கிழங்கு, மீன்கூடைகள் இவற்றுடன் டெய்லி பாஸஞ்சர்கள் கூட்டம் மெள்ள இறங்கிக் கொண்டிருந்தது. மற்ற பயணிகளில் சிலர் சீட்டு விளையாடிக் கொண்டிருந்தனர்.

வண்டி ஜாங்கிபாடாவுக்கு வந்து சேர்ந்தபோது வெகு நேரமாகிவிட்டது. ஸ்டேஷனுக்கு எதிரில் இருந்த பெரிய குளத்தின் கரையில் பனை மரங்கள் ஓங்கி வளர்ந்திருந்தன. அவற்றின் மீது வெயில் பட்டுப் பளபளத்துக் கொண்டிருந்தது.

டெய்லி பாஸஞ்சர்கள் ஜாங்கிபாடாவில் இறங்கியதும் வண்டி அனேகமாகக் காலியாகிவிட்டது. நான் மட்டும் இருந்தேன். நிமிர்ந்து பார்த்தபோது இளைஞனும் அந்தப் பெண்ணும் இருந்தார்கள்.

இத்தனை நேரம் மற்றவர்கள் பேச்சைக் கேட்டுக் கொண் டிருந்ததால் இவர்களைப் பற்றிக் கவனிக்கவில்லை. யோசிக்கவு மில்லை. இப்போது இவர்களை நோக்கி மனம் சென்றது. பெண் திருமணமானவள் இல்லை என்பது பார்த்த உடனே தெரிந்துபோயிற்று. இருவரும் அண்ணன் தங்கை உறவா? இல்லை மாமா, சகோதரி பெண்ணா? அந்தப் பெண் மிக அழகாக இருந்தாள். இந்தப் பையன் அவளை ஏமாற்றி அழைத்துக் கொண்டு ஓடிக் கொண்டிருக்கிறானோ? இதில் ஆச்சர்யப்பட ஒன்றுமில்லை. இந்தக் காலத்து இளைஞர்கள் எது வேண்டு மானாலும் செய்வார்கள்.

போகட்டும். இதைப் பற்றியெல்லாம் நான் ஏன் கவலைப் பட வேண்டும்? என் காரியத்தை நான் கவனித்தாக வேண்டும். சந்தியாக் காலமாகிவிட்டது. சித்தி வீடு, ஸ்டேஷனிலிருந்து இரண்டு, மூன்று மைல்கள் தொலைவில் இருந்தது. பாதையும் நல்ல பாதையல்ல. ரயில் ஆண்ட்டிபூருக்கு வந்ததும் நின்றது. ஜாங்கிபாடாவுக்கு அடுத்த ஸ்டேஷன். பிறகு கிளம்பியது. பெரிய நிலப் பகுதியில் மாலை நேரம் இறங்கிக்கொண்டிருந் தது. ரயில் லைனுக்கு இரு பக்கங்களிலும் சிறு விவசாயம் செய்துகொண்டிருக்கும் கிராமங்கள் கண்ணில் தென்பட்டன. வீட்டுக் கூரைகளின் மீது சுரைக்கொடிகள் படர்ந்து கிடந்தது. ஒரு கிராமத்தில் சந்தை காரணமாக ஜனங்கள் தலையில் கூடைகளுடன் சுற்றிக் கொண்டிருந்தார்கள். திரும்பவும் வயல் பிரதேசம் கண்ணில் பட்டது. நாவல் மரங்களின் கிளைகளில் கறுப்பு வௌவால்கள் தொங்கிக் கொண்டிருந்தன. பெரிய வாய்க்கால் ஒன்றின் ஓரத்தில் தீப்பந்தத்தை எரிய விட்டுக் கொண்டு, மீன் பிடிப்பவர்கள் வலையை நீரில் வீசிவிட்டு உட்கார்ந்திருந்தார்கள்.

திரும்பவும் சக பயணிகளை நோக்கினேன்.

இருவரும் அருகருகில் உட்கார்ந்திருந்தார்கள். ஆனால் இருவருமே ஜன்னலுக்கு வெளியே பார்த்துக் கொண்டிருந் தார்கள். இருவரும் எதுவும் பேசிக்கொள்ளவில்லை.

இருவருக்குள்ளும் சண்டை வந்துவிட்டதா என்ன? இருவருமே பார்க்க மிகவும் நன்றாக இருந்தார்கள். இருவரும் குடும்பத்தை விட்டு ஓடிக்கொண்டிருக்கிறார்கள் என்றுதான் தோன்றியது. ஆனால் இங்கே இந்தப் பக்கம் எங்கே ஓடிக்

கொண்டிருக்கிறார்கள். இந்த ரயில் இன்னும் வெகு தூரம் போகாதே. சீக்கிரத்திலேயே லைனே முடிந்து போய் விடுமே. இந்த ரயிலில் வருவதால் இவர்களுக்கு என்ன பிரயோசனம்?

போகட்டும். நான் ஏன் இதற்கெல்லாம் கவலைப்பட வேண்டும்? பியாஸாடா ஸ்டேஷனின் பச்சை விளக்குத் தெரிந்தது. இருள் கவிந்துகிடந்தது. ஒரே கவலையாக இருந்தது. வயல் வழியாகப் போகும் பாதை. கையிலிருந்த பையில் கொஞ்சம் பணம் வைத்திருந்தேன். இந்தப் பகுதியில் திருட்டுக் கொள்ளை மிக அதிகம் என்று கேள்விப்பட்டிருந்தேன். சித்தப்பாவின் சிகிச்சைக்காக, சித்தி கொஞ்சம் பணம் வேண்டு மென்று கேட்டிருந்தாள். அம்மா தான் பணம் கொடுத்தனுப்பி யிருந்தாள். அது கடைசியில் அடி, உதைபட்டுக் கையைவிட்டுப் போய்விட்டால்!

திடீரென்று அந்த இளைஞன் என்னைப் பார்த்து, “சம்பாடாங்கா ஸ்டேஷனிலிருந்து, நதி எத்தனை தூரத்தில் இருக்கிறது என்று சொல்ல முடியுமா ஸார்?” என்று கேட்டான்.

“நதி அரை மைல் தூரத்தில் இருக்கலாம்.”

“படகுத் துறையில் படகு கிடைக்குமா?”

“இப்ப நதியில ஜலம் குறைவாத்தான் இருக்கும். ஆனாலும் படகு கிடைக்கலாம்.”

இதற்கு மேல் எதுவும் பேசாமல் இளைஞன் வெளியில் பார்க்க ஆரம்பித்தான். எனக்கு ஆர்வம் அதிகமாகிக் கொண் டிருந்தது. இவர்கள் எங்கே போகிறார்கள் என்று ஒருமுறை விசாரித்துப் பார்த்தால் என்ன? ஆனால் அவர்கள் இருவரும் என் பக்கமே திரும்பிப் பார்க்காததால் நானும் பேசாம லிருந்தேன்.

பியாஸாடா ஸ்டேஷனில் வண்டி நின்றது. யாரும் ஏறவும் இல்லை, இறங்கவுமில்லை. சின்ன ஸ்டேஷன் இளைஞன் என்னைப் பார்த்து “ஸார் அந்தப் பக்கத்தில் வண்டி கிடைக் குமா?” என்று கேட்டான்.

“என்ன வண்டி?”

“ஏதாவது ஒரு வண்டி... மோட்டார் வண்டி, பஸ், குதிரைவண்டி...”

இது என்ன? இந்த ஜன சூன்யமான பிரதேசத்தில் யார் இவர்களுக்காக வண்டி வைத்துக்கொண்டிருக்கப் போகிறார்கள்? “இல்லப்பா எனக்குத் தெரிந்தவரை அது மாதிரி வண்டி ஏதும் கிடைக்காது. கிராமத்துப் பகுதியில் என்ன பெரிதாகப் பாதை இருக்கப் போகிறது?”

அவர்கள் எந்த ஊருக்குப் போகிறார்கள் என்பதைத் தெரிந்துகொள்ள வேண்டும் என்கிற ஆர்வத்தை மிகக் கஷ்டப் பட்டு அடக்கிக்கொண்டேன்.

ஆனால் அடுத்த நிமிடமே இளைஞன் என் ஆவலைத் தணிப்பதுபோல, "திரோல் இங்கிருந்து எத்தனை தூரத்திலிருக் கிறதுன்னு உங்களுக்குத் தெரியுமா ஸார்?" என்று கேட்டான்.

மிக மிக ஆச்சர்யத்துடன் அவன் முகத்தை நிமிர்ந்து பார்த்தேன்.

"திரோலுக்காப் போகிறீர்கள்? அது வெகுதூரத்தில் இருக் கிறது என்றல்லவா கேள்விப்பட்டிருக்கிறேன்.. நானும் இந்தப் பகுதிக்குப் புதியவன். சரியாகச் சொல்ல முடியாது... ஆனா லும் ஐந்தாறு கோசத்துக்கும் குறைவாக இருக்காது."

இளைஞனின் முகத்தில் ஒரு கொதிப்பும் கவலையும் தெரிந்தது. எனக்கருகில் வந்து உட்கார்ந்துகொண்டு, "நீங்க தப்பா எதுவும் நெனைக்காம இருந்தா, ஒரு விஷயம் சொல்லட் டுமா?" என்றான்.

"சொல்லுங்களேன்."

ஓடிப் போய்க் கொண்டிருக்கிறார்கள் என்பது உறுதியாகி விட்டது. அது தொடர்பாக ஏதோ கேட்க விரும்புகிறான். ஆனால் திரோலுக்கு எதற்குப் போக வேண்டும்? அங்கே வேறு விஷயமாகத்தானே ஜனங்கள் போவார்கள்!

இளைஞன் அந்தப் பெண்ணைச் சுட்டிக் காட்டி "இவளைத் திரோலுக்கு அழைத்துக்கொண்டு போகிறேன். பைத்தியம் பிடித்த காளியின் கைவளையலை வாங்கி வருவதற்காகப் போகிறோம். இவள் என் தங்கை. நாளைக்கு அமாவாசை இல்லியா... நாளைக்கு வளையம் போட்டுக் கொள்ள வேண்டும்."

"இந்தப் பெண்ணுக்கு...?"

"இரண்டு மாதங்களாகப் பேசாமலிருக்கிறாள். ஆனால் சரியாக இல்லாவிட்டால், இவள் நிலைமை பயங்கரமாகி விடும். கட்டுப்படுத்தவே முடியாது. இத்தனை நேரமாகி விடும் என்று நினைக்கவே இல்லை. ஸ்டேஷனிலிருந்து அதிகத் தூரம் இல்லைன்னு எல்லாரும் சொன்னாங்க..."

"நீங்க எங்கேருந்து வரீங்க?"

"ரொம்பத் தூரத்திலிருந்து வரோம்... தான்பாத் பக்கத்தில் ஸயால்டி கலியாரி. இந்தப் பக்கத்து விஷயம் எதுவும் தெரியாது. யார் என்ன சொன்னார்களோ அதை அப்படியே கேட்டுக்கொண்டேன்... என்ன செய்யறது?

இவளுடன் இந்த முன்பின் தெரியாத இடத்தில் மாட்டிக் கொண்டு விட்டேன்.”

நான் மௌனமாகி விஷயத்தைப் புரிந்துகொள்ள முயன்றேன். இந்த இளைஞன் ஆபத்தில் இருக்கிறானாமே. அவனுடன் பேச ஆரம்பித்த பிறகு, அந்தப் பெண்ணை நன்றாகக் கவனித்தேன். நல்ல சிவப்பாக இருந்தாள். பெரிய கண்கள். உதடுகளின் மேல் பாகம் ஓரத்தில் சற்றே வளைந் திருந்தது. இது முகத்தின் வசீகரத்தை அதிகமாக்கியது. இது போன்ற ஓர் அழகியை அழைத்துக் கொண்டு, இந்த இரவு நேரத்தில் வயல் பாதை வழியாக, ஐந்தாறு மைல்கள் நடந்து போனாலும் வண்டியில் போனாலுமே ஆபத்துதானே.

சம்பாடாங்காவில் எங்காவது தங்க வேண்டும். முன்பின் தெரியாத கிராம ஜனங்களிடையே முக்கியமாக இந்தப் பெண் பைத்தியம் என்று தெரிந்தால், எத்தனை பேர் தங்க இடம் கொடுப்பார்கள்?

“இரவில் சம்பாடாங்காவில் யார் வீட்டிலாவது தங்கிக் கொள்ளுங்களேன் ... அதற்காக ஏதாவது முயன்று பார்க்கிறேன்” என்றேன்.

“இல்ல ஸார் ... இவளைத் தெரியாத ஜனங்களுக்கு நடுவே தங்கவைக்க முடியாது. திரும்பவும் ஏதாவது தகராறு வரலாம். என்னைத் தவிர யார் எது கொடுத்தாலும் சாப்பிட மாட்டாள். ஏதாவது அல்ப விஷயத்துக்காக அவள் மனநிலை மாறிவிட்டால் அப்புறம் எது வேண்டுமானாலும் நடக்கலாம். அவளை நம்ப முடியாது ஸார் ... அப்படி அவ மனநிலை பயங்கரமாக மாறும்போது நீங்க பார்த்தீங்கன்னா ... எனக்கே பயமா இருக்கும். பார்க்காமல் இருப்பதே நல்லது. அவள் வேறு மனுஷியாகி விடுவாள்.”

சம்பாடாங்கா ஸ்டேஷனில் வண்டி நின்றது.

இரவு இன்னும் அதிகமாகவில்லை. ஆனாலும் கிருஷ்ண சதுர்த்தசியின் இரவு. இன்னும் சிறிது நேரத்திற்குப் பிறகு இருள் எப்படிச் சூழ்ந்துகொள்ளும் என்பதை அனுமானிக்க முடிந்தது.

ஸ்டேஷனுக்கருகில் வீடுகள் அதிகம் இருக்கவில்லை. ஒன்றிரண்டு கூரை வீடுகள் தவிர, பீடா, பீடிக் கடை, அரிசிப் பொரி வகைக் கடைகள் மட்டும் தென்பட்டன. ஒரு சைக்கிள் ரிப்பேர் கடையும் இருந்தது. ஒரு ஹோமியோபதி டாக்டர் வீடு, அதற்குப் பக்கத்தில் அந்தப் பகுதிக்கான தபால் நிலையம். ஒரு குளம், குளத்திற்குப் பக்கத்தில் விவசாயிகளுடைய ஒன்றி ரண்டு வீடுகள் இருந்தன.

நாங்கள் மூவரும் ஸ்டேஷனுக்கு வெளியே வந்தோம். எதிரிலே மேல்கூரை வேயப்பட்ட இரண்டு மூன்று மாட்டு வண்டிகள் நின்றுகொண்டிருந்தன. என் கவலை குறைந்தது. அவர்களிடம் விசாரித்தபோது நதிக்கரைவரை மட்டுமே அவைபோகும். நதியைக் கடக்க மாட்டு வண்டியால் முடியாது என்று சொன்னார்கள். நான் அந்த இளைஞனிடம் வேறு வழியில்லை ஸ்டேஷனிலேயே தங்கிக்கொள்ள வேண்டியதுதான் என்றேன்.

"இல்லை ஸார்! நாளைக்கு அமாவாசை ... திரோலுக்கு எப்படியாவது போய்ச் சேர்ந்தே ஆக வேண்டும். இங்க இருந்தா வேலையும் நடக்காது. நீங்க இன்னும் கொஞ்சம் சிரமத்தைப் பார்க்காம எங்ககூட வாங்க ஸார். உங்களை இனிமே நான் விடறதா இல்லை ஸார். நீங்க இப்ப எனக்கு உதவலேன்னா நான் என்ன ஸார் செய்வேன்" என்றான் இளைஞன்.

எனக்கு இது பெரிய பிரச்சினையாகிவிட்டது.

அங்கே சித்தப்பாவுக்கு உடம்பு சரியில்லை. பணத்தைக் கொண்டு போய்ச் சீக்கிரம் கொடுத்தால்தான் அவர்களுக்குச் சமயத்தில் உதவியாக இருக்கும். இந்தப் பக்கத்தில் இந்த இளைஞனும் மூளை கலங்கிப் பைத்தியம் பிடித்த இந்தப் பெண்ணும் தவிக்கிறார்கள். இவர்களை இந்த இருட்டில் தனியாக விட்டுவிட்டு எப்படிப் போவது? அது முடியாது. சித்தப்பாவின் தலைவிதிப்படி நடக்கட்டும்.

மாட்டு வண்டிக்காரர்கள் அபயம் தரும் குரலில், "திரோலுக்குப் போக நல்ல பாதை இருக்கு. நதியைக் கடந்ததுமே வண்டி கிடைக்கும் பல்லக்குக் கிடைக்கும் ... நிறையப் பேர் அங்கே போய் வருகிறார்கள். பயப்பட ஒன்றுமில்லை... நதிக்கரையிலிருந்து அதிகப் பட்சம் இரண்டு மணி நேரப் பயணம் அவ்வளவுதான்" என்றார்கள்.

நதிக்கரைவரை நாங்கள் மூவரும் ஒரு மாட்டு வண்டியில் வந்தோம். ரயிலில் வரும்போது அந்தப் பெண் பேசவேயில்லை. பேசிக் கேட்கவில்லை. மாட்டு வண்டிக்குள் உட்கார்ந்ததும் அவள் இளைஞனைப் பார்த்து, "அண்ணா! எனக்குக் குளிர்கிறது. உனக்குக் குளிரலையா?" என்று கேட்டாள்.

அடேயப்பா! என்ன இனிமையான குரல். ஸிதார் வாத்தியத்தை மீட்டியதுபோல் அல்லவா இருக்கிறது. நான் அந்தப் பெண்ணை நிமிர்ந்து பார்த்தேன். ஆகாகா! என்ன அழகு! என்ன அழகு! ஆனால் தலைவிதி எப்படி இருக்கிறதோ?

"குளிரும் ... நதியிலிருந்து காற்று வீசுகிறது இல்லையா ... போர்த்திக்க ஏதாவது கையில் இருக்கிறதா?" என்று கேட்டேன்.

இளைஞன் "இந்தச் சித்திரை மாசத்தில் கையில் என்ன கொண்டு வர முடியும். நான் ஒன்றும் கொண்டு வரவில்லை" என்றான்.

ஒரு போர்வையை விரித்து அதன் மீது வண்டியில் உட்கார்ந்திருந்தேன் அதை எடுத்துக் கொடுத்து, "இந்தா இதை உடம்பில் போர்த்திக்கொள்" என்றேன்.

அந்தப் பெண், "இந்த நதியின் பேரென்ன அண்ணா?" என்று கேட்டாள்.

மிகச் சாதாரணமான, சகஜமான குரலில் பேசினாள்.

"தாமோதர் நதி" என்றேன்.

அந்தப் பெண் என் பக்கம் திரும்பி, "பல்லப்பூரில் ஓடி வரும் தாமோதர் நதியா? எனக்குத் தெரியும்... பெரிய நதி ... இல்லையா அண்ணா? சின்ன வயசில பார்த்திருக்கேன் ..." என்றாள்.

இளைஞன் என்னிடம், "தாமோதர் நதிக்கரையில் பல்லப்பூர் என்ற ஒரு கிராமம், வர்த்தமான் ஜில்லாவில் இருக்கு ... அதில் என் மாமா வீடு இருக்கு. பூர்ணிமா அதாவது என் தங்கை சின்னவளாக இருக்கும்போது ரெண்டு தடவை போயிருக்கா. அதுக்கப்புறமா ...

நதியைப் படகில் கடக்கும் போது பூர்ணிமா, "அண்ணா ரொம்பப் பயமா இருக்கு அண்ணா ... மூழ்கிப் போயிட மாட்டோம் இல்லையா ... அண்ணா ... அண்ணா படகு ரொம்ப ஆடறது" என்றாள்.

"ஏன் மூழ்கிப் போகணும்? பேசாம ஒக்கார்ந்திரு."

நதிக்கு மறுபக்கத்தில் குதிரை வண்டி என்ன, மனித நாடமாட்டமே இல்லை. படகுக்காரன் நல்லவனாக இருந்தான், எங்கள் நிலைமையை யூகித்தவன் "இருங்க அய்யா ஷாம் கூடத்தின் கோயால் பாடாவில் மாட்டு வண்டி கிடைக்கும் ... நா கூப்பிட்டு வரேன் ... நீங்க படகிலயே ஒக்கார்ந்திருங்க" என்று சொல்லிவிட்டுப் போனான்.

"அண்ணா ஏதாவது சாப்பிடேன் ... சாப்பாடுதான் கொண்டு வந்திருக்கோமே ..." என்றாள் பூர்ணிமா.

பிறகு என் பக்கம் திரும்பி, "நீங்களும் சாப்பிடலாம் ... நிறையச் சாப்பாடு இருக்கு ..." என்றாள்.

"ஆமாம் ... ஆமாம் நிறைய இருக்கு ... குடு ... நீயும் சாப்பிடு. போய்ச் சேர ராத்திரி ரொம்ப நேரமாகும்" என்றான் இளைஞன்.

பூர்ணிமா ஒரு சின்ன பொட்டலத்தைத் திறந்து எங்கள் எல்லாருக்கும் பூரி, பொட்டல் கறி, உருளைக்கிழங்கு கூட்டு, இனிப்புப் பூந்தி எல்லாம் எடுத்துப் பரிமாறினாள்.

“பாரு அண்ணா பூந்தி கெட்டுப் போய்விடவில்லையே?”

“ஏது இது? எங்கே வாங்கினே?”

“வர்த்தமானில் வாங்கினேன், வர சமயத்தில . . . கெட்டுப் போகவில்லையே, வாயில் கொஞ்சம் போட்டுக்கொண்டு சரியாக இருகிறதா என்று பாருங்க.”

இன்று வீட்டைவிட்டுக் கிளம்பும்போது, இது மாதிரி ஒரு மாலைக் காலத்தில், தாமோதர் நதியில் படகில், முன்பின் தெரியாத இளைஞனுடன் பெண்ணுடன் இப்படி ஒரு சாப்பாடு சாப்பிடுவேன் என்று கற்பனைகூடச் செய்யவில்லை. என்ன ஓர் அமைதியான சூழ்நிலை! என் சொந்த வீட்டிலேயே என் தாய், தங்கைகளுடன் இருப்பது போல் தோன்றியது. மிகவும் பிடித்திருந்தது.

ஆனால் அதற்குப் பிறகு நடந்த, வேதனை நிறைந்த விஷயங் களை மறந்துவிட்டுத் திரும்பவும் அந்த மாலைக் காலத்தின் அந்த இளம் வயதினரைப் பற்றி நினைத்துப் பார்க்கும்போது. அன்றைய தினம் அவர்களைச் சந்திக்காமலேயே இருந்திருந் தால் எவ்வளவு நன்றாக இருந்திருக்கும் என்று தோன்றியது. மிகுந்த வேதனை நிறைந்த ஓர் அனுபவத்திலிருந்து தப்பித் திருக்கலாமே! நாங்கள் சாப்பிட்டு முடிந்ததும் படகுக்காரன் மாட்டு வண்டியுடன் தாமோதர் நதியின் மணல் நிறைந்த, பிரதேசத்தில் வந்துநின்றான். திரோல் போவதற்கான வாடகை யைத் தீர்மானித்துவிட்டு, நாங்கள் வண்டிக்குள் ஏறி உட்காந் தோம். படகுக்காரனுக்குக் கொஞ்சம் பக்ஷீஷ் கொடுக்கவும் மறக்கவில்லை.

மாட்டு வண்டிக்காரன், “அய்யா, புகையிலை டின்னை வீட்டிலிருந்து எடுத்தார மறந்துபோயிட்டேன், வண்டியைக் கிராமத்து வழியாகக் கொஞ்சம் சுற்றி ஓட்டிப் போகிறேன். . . அதிக நேரமாகாது பாபு . . .” என்றான்.

ஷியாம்கூட் கிராமத்திற்குள் வண்டி நுழைந்தது. மாந் தோப்புக்கள், மூங்கில் காடுகள், மனிதர்களின் வீடுகளின் பின் இருந்த பாதை வழியாக வண்டி சென்றது. வீட்டுத் தாழ்வாரங்களில் பெண்கள் சமைத்துக் கொண்டிருந்தார்கள். திரும்பவும் வயல்வெளிகள் கண்ணில் பட்டன. கரும்பு வயல் தெரிந்தது. வயல்கள் வழியாக அகன்ற, நீண்ட பாதை வெகு தூரத்துக்குச் சென்றது. இந்தப் பகுதிகளில் அடர்ந்த

காடுகள் மிகவும் குறைவு. நடுநடுவே வாழைத் தோட்டங்கள் தெரிந்தன.

பூர்ணிமா, "உங்கள் சித்தி வீடு இங்கிருந்து எவ்வளவு தொலைவில் இருக்கிறது" என்று கேட்டாள்.

"அது இந்தப் பக்கத்தில் இல்லையே... தாமோதருக்கு இன்னொரு பக்கத்தில் இருக்கு. ஸ்டேஷனுக்குக் கிழக்குப் பக்கத்தில் கிட்டத்தட்ட இரண்டு கோச தூரத்தில் இருக்கு."

"எங்களால உங்களுக்கு ரொம்பக் கஷ்டம்.."

"என்ன கஷ்டம்... உங்க வேலை முடிஞ்சுபோன பிறகு, உங்களை வண்டியிலே ஏத்தி விட்டுவிட்டு, சித்தி வீட்டுக்குப் போய் விடுவேன்."

பூர்ணிமா திடீரென்று புடவைத் தலைப்பால் வாயை மூடிக்கொண்டு சிரித்தாள்.

அவள் சிரித்த விதத்தில் ஒருவிதமான உற்சாகமும் அழகும் தெரிந்தது. இது போன்ற சிரிப்பை, அழகை நான் கண்டதே இல்லை. நான் மோகித்துப் போய் நின்றேன். ஆனால் இது இயற்கையான சிரிப்பில்லை என்று மனத்திற்குள் தோன்றிக் கொண்டே இருந்தது. நல்ல மனநிலையில் இருக்கும் பெண் இது போலச் சிரிக்க மாட்டாள், அதுவும் இது போன்ற இடத்தில், இந்த மாதிரி நிலைமையில்...

திடீரென்று இருட்டில் இளைஞன் என்னைத் தொட்டான். என்ன விஷயம்? எனக்குப் பயமாக இருந்தது. இந்தப் பெண் சரியாக இருக்கிறாளா? நான் எதுவும் பேசாமல் இருந்தேன். இந்தப் பெண்ணின் மனநிலை எப்படி இருக்கிறது என்று யாருக்குத் தெரியும்? என் எந்தப் பேச்சு அவள் மனத்தை எப்படித் தூண்டிவிடக்கூடும் என்பது தெரியாதபோது பேசாமல் இருப்பதே சரியான காரியம்...

இத்தனை அழகான பெண் என்ன விதியுடன் இந்த உலகத்தில் வந்திருக்கிறாளோ? என்ன அழகான சிரிப்பு? ஆனால் அது மகிழ்ச்சியை உண்டாக்குவதற்குப் பதிலாகப் பயத்தையல்லவா உண்டு பண்ணியது.

வண்டியில் யாரும் பேசவில்லை. மாட்டு வண்டி அது பாட்டுக்குப் போய்க்கொண்டிருந்தது. எனக்குத் தூக்கம் வந்தது. வண்டிக்குள் ஏகத்துக்கு இருட்டுக் கவிந்திருந்தது. அந்த இருட்டுக்குள் அண்ணா, தங்கை இருவருக்கும் இடையே ஏதோ விவகாரம் நடந்து கொண்டிருப்பதாக எனக்குத் தோன்றியது.

அந்தப் பெண்ணிடமிருந்து ‘ஆஹ்’ என்ற வேதனைக் குரல் வந்தது. நான் அவர்கள் இருந்த பக்கம் திரும்பிப் பார்த்தேன். நான் வண்டியின் முன் பக்கத்தில் உட்கார்ந்திருந்தேன். அவர்கள் இருவரும் பின்பக்கம் இருந்தார்கள். அந்த பக்கத்தில் இருட்டு அதிகமாக இருந்தது. அந்தப் பக்கத்தில் திரை ஒன்று போடப்பட்டிருந்ததே அதற்குக் காரணம்.

நான் ஏதும் கேட்கும் முன்பே இளைஞன் பதற்றமான, கொதித்துப்போன குரலில் கத்தினான். “பிடியுங்கள், இவளைப் பிடியுங்கள், வண்டியிலிருந்து இறங்கி ஓடவிரும்புகிறாள் . . .”

வண்டிக்காரனுக்கு விஷயம் தெரிந்துவிடக் கூடாது என்று நினைத்தானோ என்னவோ.

நான் தவித்துப்போனேன். அந்தப் பெண்ணின் உடலில் எப்படிக் கை வைக்க முடியும் என்று நான் யோசித்துக் கொண்டிருக்கும்போதே இளைஞன் பயங்கரமான குரலில் ‘ஹூ ஹா ஹூம்’ என்று கத்தி உளறினான். அடுத்த கணமே. ‘கடித்து விட்டாள் . . . பிடிக்கப்போகாதீர்கள்’ என்று கத்தினான்.

இதற்குள் வண்டிக்காரன் வண்டியை நிறுத்திவிட்டான். “என்ன அய்யா? என்ன நடந்திச்சு?”

நான் பதில் சொல்வதற்குள் அந்தப் பெண் என்னைத் தள்ளிக் கொண்டு முன் பக்கத்து வழியாக வண்டியை விட்டு வெளியேற முயன்றுகொண்டிருந்தாள்.

இளைஞன் கத்தினான். “அவளைத் தொட்டு விடாதீர்கள் . . . அவள் தலைமயிரைப் பிடித்துக் கொள்ளுங்கள்.”

நான் தடுப்பதற்குள்ளாகவே, பெண் என்னைத் தள்ளி விட்டுவிட்டு, வண்டியிலிருந்து குதித்தாள்.

திடுக்கிட்டுப் போனான் வண்டிக்காரன். நாங்கள் இருவரும் வண்டியிலிருந்து குதித்துவிட்டோம்.

அந்த இருட்டில் கண்ணுக்கு ஒன்றுமே புலப்படவில்லை. அந்தப் பெண் போன திக்கும் புரியவில்லை. திசையும் புரியவில்லை.

எனக்குப் புத்தி கலங்கிப் போய்விட்டிருந்தது. அந்தப் பெண்ணின் அண்ணனும் என்னைப் போன்ற மனநிலையிலேயே இருந்தான்.

ஆனால் வண்டிக்காரன் விஷயத்தைப் புரிந்துகொண்டு விட்டான். திரோல் போகிறவர்களில் யாராவது ஒருவர் இது

மாதிரிதான் நிச்சயம் நடந்துகொள்வார்கள். அவற்றை அவன் பார்த்திருந்ததால், அவனுக்கு விஷயம் சட்டென்று புரிந்து விட்டது. அதனால் தைரியமாகவும் துணிச்சலாகவும் நடந்து கொண்டான். ஆனால் எங்கள் மூவரில் யார் குதித்து ஓடிப் போயிருக்கிறோம் என்பது அவனுக்குப் புரியவில்லை.

"அய்யா சீக்கிரம் வாங்க ... பக்கத்திலிலேயே பாந்திஹா லின் வாய்க்கால் இருக்குது ... அந்தப் பக்கம் போகாதீங்க. விளக்கை ஏத்துங்க."

நாங்கள் இருவருமே செய்வதறியாது திகைத்துப் போயி ருந்தோம். இளைஞனின் பாக்கெட்டில் டார்ச் இருந்தது ... அதுகூட இருவருக்கும் ஞாபகத்துக்கு வரவில்லை.

வண்டிக்காரன் பின்னாலேயே ஓடினோம். கொஞ்சத் தூரம் ஓடினதுமே ஒரு கால்வாயின் கரைக்கு வந்து சேர்ந் தோம். அதன் இரு கரையிலும் புதர்கள் மண்டிக் கிடந்தன. புதர்கள் வழியாகப் புகுந்துவிடாமல் என்ன தேடியும், உரக்கக் குரல் கொடுத்துப் பெயர் சொல்லிக் கூப்பிட்டும் எந்தப் பலனும் கிடைக்கவில்லை.

ஒருசில கணங்களில் இந்த நிகழ்ச்சி நடந்துவிட்டது. எதையும் யோசித்துப் பாாக்கவே முடியவில்லை. இந்த நிகழ்ச்சி யின் முக்கியத்துவமும் புரியவில்லை. இனி என்ன நடக்கப் போகிறது என்றும் தெரியவில்லை.

பூர்ணிமாவின் அண்ணனுக்கு அழுகையே வந்து விட்டது. அழுகைக் குரலில், "இன்னும் எந்தப் பக்கத்தில் தண்ணி இருக்கு ... வண்டிக்காரரே ?" என்றுகேட்டான்.

"இல்லய்யா ... பக்கத்தில் எங்கேயும் தண்ணி இல்ல ... ஆனாலும் ஒங்க இரண்டு பேருல யாராச்சும் ஒருத்தர் கால்வாய்க் கரைப்பக்கத்தில நில்லுங்க. நாங்க இரண்டு பேரும் இன்னொரு பக்கம் போய்த் தேடிப் பார்க்குறோம்" என்றான் வண்டிக்காரன்.

நான் கரைப் பக்கத்தில் நின்றுகொண்டேன். இளைஞன் இருட்டில் தன்னந்தனியாக நிற்கப் பயப்பட்டான்.

அவர்கள் இருவரும் கிளம்பிப் போனார்கள். என்னிடம் ஒரு நெருப்புப்பெட்டிகூட இல்லை. இந்தக் கிருஷ்ண சதுர்த் தசியின் இரவில் இருளில் தன்னந்தனியாக இப்படி நிற்கும் படியாக இருக்கும், என்பது எனக்குத் தெரியுமா என்ன?

கிட்டத்தட்ட ஒன்றரை மணிநேரம் அங்கே நின்றுகொண் டிருந்தேன் என்று நினைக்கிறேன். அதற்குப் பிறகு வயல் வெளியை நோக்கி நடக்க ஆரம்பித்தேன். இவர்கள் விஷயம் ஒன்றும் எனக்குப் புரியவில்லை.

தூரத்தில் ஏதோ வெளிச்சம் தெரிந்தது. வண்டிக்காரன், "பாபு! பாபு!" என்று கூப்பிடுவது காதில் விழுந்தது.

என்னைப் பார்த்ததும் அவர்கள் என்னை நோக்கி வந்தார்கள், வண்டிக்காரனுடன் சில கிராமத்து ஜனங்களும் இருந்தார்கள். அவர்கள் கையில் ஹரிக்கேன் விளக்குகள் இருந்தன.

நான் தவிப்புடன், "என்னவாயிற்று? கிடைத்தாளா?" என்று கேட்டேன். ஒருத்தன், "வாங்கய்யா. எல்லாரும் எங்க வீட்டில இருக்காங்க. நா மாட்டுக் கொட்டிலில், மாட்டுக்குத் தீனி போடப் போனேனா, அங்க தேவதை போல ரொம்ப அழகா ஒரு பொண்ணு உக்கார்ந்திருக்கறதைப் பார்த்தேன். திடுக்கிட்டு, பயந்து போயிட்டேன் அய்யா. அப்புறமா வீட்டுச் சனங்க எல்லாரும் வந்து பார்த்தாங்க. அதுக்குள்ளால இவங்களும் வந்து சேர்ந்தாங்க. அவங்கள வண்டியில ஒக்கார்த்தி வச்சிக்கிட்டு உங்களத் தேடி வந்திட்டுருக்கோம். ஓங்கள மாதிரி பெரிய மனுசங்களுக்கு எதுக்கு இப்பிடி ஒரு கஷ்டம். வாங்கய்யா ஏழைங்க வீட்டுக்கு வாங்கய்யா. கொஞ்சம் சோறும் பருப்பும் சமைச்சுச் சாப்பிடலாம். அந்தப் பொண்ணு மன நிலைமை மட்டும் சரியா இருந்திச்சின்னா . . . அடேயப்பா எத்தினி அழகான பெண்ணு . . . அப்படியே லட்சுமி தாயே வந்தாப்போல இருக்குது. அவங்க காலடி, எங்க வீட்டில பட்டது. நாங்க செய்த புண்ணியம் – நீங்கள்ளாம் பிராம்மணங்கன்னு தெரிஞ்சிக்கிட்டோம் – நாங்க ரொம்பப் புண்ணியம் செய்திருக்கோம். ஏதாவது கொஞ்சம் சாப்பிட்டுவிட்டு, ராத்திரி இங்கேயே படுத்துக்கலாம் – நாளைக்குக் காலையில என் வண்டியிலேயே உங்களைத் திரோலில் கொண்டு விடுகிறோம்" என்றார்.

அந்த மனிதர் வீட்டுக்குப் போனோம்.

இந்த இடத்தில் வீட்டைக் கொஞ்சம் வர்ணிக்க வேண்டியது அவசியமாகிறது. இதன்பிறகு நடக்கப் போகிற நிகழ்ச்சிக்கும் இந்த வீட்டுக்கும் நெருங்கிய சம்பந்தம் இருக்கிறது. அந்த இரவில், அந்த வீட்டில் தங்குவதற்கு ஒப்புக் கொள்ளாமலிருந்திருந்தால், நேராகத் திரோலுக்கேப் போயிருந்தால், எவ்வளவு நன்றாக இருந்திருக்கும் என்று அடிக்கடி பிற்காலத்தில் நினைத்துக்கொண்டேன்.

விதி! விதிதான் இப்படி இழுக்கும். திரோலுக்குப் போயிருந்தால் மட்டும் அந்த விதியின் கைகளில் பிடிபடாமல் இருக்க முடியுமா? முடியாது.

அந்தப் பகுதிகளில் காணப்படுவதுபோல மண் சுவர், வைக்கோல் கூரை கொண்ட வீடாக இருந்தது அந்த வீடு. வெளிப்பக்கத்தில் பெரிய வரவேற்பு அறை, அதற்குப்

பக்கத்தில் இரண்டு அறைகள். எதிரில் மண் தரை கொண்ட நீண்ட வராந்தா. அதற்கு முன்னால் முற்றம். அதன் பக்கத்தில் நன்றாகக் கட்டப்பட்ட கரையோடு இருந்தது ஒரு குளம். சிறிய அறைக்குப் பின்னால் கதவைத் திறந்துகொண்டு வெளி முற்றத்திற்கு வந்து போகமுடியும்.

வீட்டுச் சொந்தக்காரரின் பெயர் ரஸிகலால் தாரா. கைவர்த்த ஜாதியைச் சேர்ந்தவர். அதனால் அவர் சமைத்த உணவை நாங்கள் சாப்பிட முடியாது. அவர் திரும்பத் திரும்பக் கேட்டுக்கொண்டதால், நாங்களே சமைத்துக் கொள்ளச் சம்மதித்தோம். சாமான்கள் பால், கீரை, காய்கறி எல்லாம் வந்துசேர்ந்தன. இதில் ஆச்சர்யம் என்னவென்றால் பூர்ணிமா தான் அன்றைக்குச் சமைத்து வைத்தாள். பூர்ணிமா முன் போலவே மிக அமைதியாக இருந்தாள். சகஜமாக இருந்தாள். அவள் பேச்சு, நடத்தை, சமைத்த விதம் இவற்றை யார் பார்த் தாலும், இவளைப் பைத்தியம் என்று சொன்னால் நம்பவே மாட்டார்கள். சிறிது நேரத்துக்கு முன்னால்தான் வண்டியி லிருந்து குதித்துத் திசை புரியாமல், தலைதெறிக்க ஓடினாள் என்றோ கையைக் கடித்தாள் என்றோ சொன்னால் நம்ப மாட்டார்கள்!

பூர்ணிமா சமைத்துக்கொண்டிருந்தபோது அக்கம் பக்கத் தில் வசித்த கிராம மக்கள் வந்து எட்டி எட்டிப் பார்த்தார்கள். நிறைய கேள்விகள் கேட்டார்கள். இதற்குள்ளாகப் பூர்ணிமா வின் கதை எல்லாருக்கும் தெரிந்துவிட்டது.

இரவு பதினோரு மணிக்குப் பூர்ணிமா வந்து எங்களைச் சாப்பிடக் கூப்பிட்டாள்.

“எல்லோருடனும் பேசினாயா பூர்ணிமா?” என்று நான் கேட்டேன். பூர்ணிமா வெட்கத்துடன் சிரித்தாள். எல்லாரும் என்னை வந்து பார்த்தார்கள். “நானும் உங்களைப் போலத் தான் . . . எனக்கும் இரண்டு கைகள் இரண்டு கால்கள் . . . என்னை ஏன் பார்க்கிறீர்கள்” என்று கேட்டேன்.

“உங்க வீடு எங்கே? ஊர் எது? எனக்கு என்ன வயது”ண இதையெல்லாம் கேட்டார்கள். “உனக்குக் கல்யாணம் ஆயி டுத்தா” என்றும் கேட்டார்கள். பூர்ணிமா “இந்த வருஷம் அண்ணா எனக்குக் கலியாணம்செய்து வைப்பதாகச் சொல்லி யிருக்கிறார்” என்று மிக சகஜமாகச் சொல்லிவிட்டு எங்க ளுக்குப் பரிமாற ஆரம்பித்தாள்.

நான் திடுக்கிட்டுப் போய் இளைஞனைப் பார்த்தேன். அவன் கண்ணைச் சிமிட்டினான். பைத்தியமாக இருந்தாலும்

பெண்களுக்கென்று ஒரு குணம் இருக்குமே அது எங்கே போயிற்று? இந்தப் பெண்ணுக்கு இந்தப் பிறவியில் விடி மோட்சம் கிடையாது என்று நினைத்துக் கொண்டேன்.

இதுபோல ஒன்றிரண்டு தவறான, புரியாத பேச்சுத் தவிர அவளிடம் எந்தத் தவறையும் நான் பார்க்கவில்லை. அவள் குரலில் இனிமை நிறைந்திருந்தது. இத்தனை இனிமை யைப் பல பெண்களிடம் காண முடியாது. இவளுடைய நடையுடை பாவனை, பேச்சு வார்த்தைகள், வேலை செய்யும் பாணி இவற்றில் ஓர் இனிமை, அழகு, அன்பு எல்லாமே நிறைந்திருந்தது. ஒரு சாதாரணப் பெண்ணுக்கு மேலேதான் இவளைக் கணிக்க முடியும்.

"எங்களால் உங்களுக்கு ரொம்பச் சிரமம். நீங்க எங்க ஸயவாடி வீட்டுக்கு ஒருமுறை கட்டாயம் வரணும்" என்றாள்.

"நிச்சயம் வருவேன்."

"இந்த வருடம் பூஜை சமயத்தில் கட்டாயம் வாருங்கள். பூஜையைப் பார்க்கலாம். அங்கே இரண்டு பூஜைகள் நடக்கும். ஒன்று காளியாரியின் பாபுக்கள் செய்யும் பூஜை. இன் னொன்று மார்க்கெட்டுக்குப் பக்கத்தில் நடக்கும் பூஜை."

"இன்னொரு விஷயமும் பார்க்கலாம் . . . ஸாவ்ந்தால் களின் நடனம் . . . அது பார்க்க வேண்டிய விஷயம் . . . பூஜை சமயத்தில் கட்டாயம் வரணும் . . . எங்களுக்கு மிக்க மகிழ்ச்சி யாக இருக்கும்" என்றான் இளைஞன்.

பூர்ணிமா உற்சாகத்துடன், "இந்தத் தங்கைக்குக் கொடுத்த வாக்கை மறக்கக் கூடாது சரிதானே?" என்றாள்.

வீட்டுச் சொந்தக்காரரின் பெண் பாலைக்கொண்டு வந்து பூர்ணிமாவிடம் கொடுத்து எங்களுக்குக் கொடுக்கச் சொன்னாள்.

பூர்ணிமா, "அப்போ பாலுக்காக ஒரு கரண்டி கொண்டு வாம்மா. இந்தக் கரண்டியைத்தான் பருப்பில் போட்டு விட்டேனே" என்றாள்.

பூர்ணிமாவின் ஒவ்வொரு பேச்சும் நடவடிக்கையும் எனக்கு மிக நன்றாக நினைவிருக்கிறது. இதற்குப் பின்னர் நடந்த நிகழ்ச்சிகளின் காரணமாக, இதையெல்லாம் நினைத்துப் பார்க்கும்படி ஒரு சந்தர்ப்பம் ஏற்பட்டுவிட்டது.

சாப்பாட்டுக்குப் பிறகு, பூர்ணிமா அவள் அண்ணனுடன் சிறிய அறையில் படுத்துக்கொண்டாள். நான் பெரிய அறை யில் படுத்துக்கொண்டேன்.

இப்போது என்னைப் பற்றிச் சொல்கிறேன். உடலும் மனமும் களைத்துப் போயிருந்தது. தூங்கிப் போனேன். ஆனால் சிறிது நேரத்துக்குப் பின்னோ வெகு நேரத்துக்குப் பின்னோ என்பது தெளிவில்லை. காரணமும் புரியவில்லை. என் தூக்கம் திடீரென்று கலைந்து போயிற்று. என் இதயம் இனம் புரியாத வேதனையால், பாறாங்கல்லை வைத்தாற் போன்று கனத்தது. மூச்சுவிடக்கூடக் கஷ்டமாக இருந்தது. நதியின் குளிர்ந்த காற்று காரணமாக மூச்சுப்பிடிப்பு, ஜல தோஷம் இது போன்று ஏதோ ஒன்று என்னைப் பாதித்திருக் கிறது என்று நினைத்துக்கொண்டேன். திரும்பவும் தூங்க முயன்றேன். பக்கத்து அறையிலிருந்து என் ஆவலைத் தூண்டு கிறாற் போல ஏதோ சப்தம் கேட்டது. இளைஞன் குறட்டை விடுகிறானோ என்னவோ? அதிசயமான குறட்டை சப்தமாக இருந்தது. இது மாதிரி சப்தம் இதுவரை கேட்டதில்லை. முனகுவது போலவும் உறுமுவது போலவும் இருந்தது. அதற்குப் பிறகு சப்தம் நின்றுவிட்டது. நானும் மறுபக்கம் திரும்பிப் படுத்துக் கொண்டு தூங்கிவிட்டேன்.

விடியற்காலையிலேயே விழித்துவிட்டேன்.

பக்கத்து அறைக் கதவு மூடியிருந்தது. நான் எழுந்து, முகம் கழுவிக்கொண்டுக் காலார நடக்கலாம் என்று வெளியே போனேன். அரைமணி நேரத்துக்குப் பிறகு திரும்பி வந்து பார்த்தால், இன்னமும் யாரும் எழுந்திருக்கவில்லை. வீட்டு மனிதர்களும் எழுந்திருக்கவில்லை. சிறிது நேரம் கழிந்து ரஸிக்லால் தாரா எழுந்து வந்து, வாசல் வராந்தாவில் வந்து உட்கார்ந்தார். "என்னய்யா நல்லா தூங்கினீங்களா? கொசு கடிச்சிதா? இவங்க இன்னும் எழுந்திருக்கக் காணமே?" என்றார்.

அவருடன் சிறிது நேரம் அந்தப் பகுதியில் நடக்கும் விவசாயம் பற்றிப் பேசினேன். அதற்குப் பிறகு அவர் எங்கோ வெளியில் போனார்.

எட்டு மணியாகி விட்டது. இன்னும் இருவரும் தூங்கிக் கொண்டிருந்தார்கள். எட்டரை மணிக்கு ரஸிக்லால் திரும்பி வந்தார். கோடைக்கால வெயில் ஏகத்துக்கு ஏறிப்போய்க் கிடந்தது. "இன்னும் இவங்க எழுந்திருக்கலியா?" என்று கேட் டார். "இல்லையே. இன்னும் எழுந்திருக்கக் காணமே. ராத்திரி வெயில் காரணமாகத் தூங்காமல் இருந்து விட்டு, விடியற் காலையில் தூங்கிப் போனார்களோ என்னவோ?"

என் கதை முடிந்துகொண்டு வருகிறது. ஒன்பது மணிக் கும் அவர்கள் எழுந்திருக்கவில்லை என்பதைக் கவனித்ததும்

நான் போய்க் கதவின் மீது கை வைத்தேன். அறைக்குள் மனிதர்கள் இருப்பதற்கான எந்த அறிகுறியும் இல்லை. வேறு வழியில்லாமல், மேற்குப் பக்கத்து ஜன்னல் வழியாக எட்டிப் பார்த்தேன். அறை நடுவில் அந்தப் பெண் நன்றாகத் தூங்கிக் கொண்டிருந்தாள். அவளை நான் ஜன்னல் வழியாக எட்டிப் பார்ப்பது நாகரிகம் இல்லைதான். ஆனால் விஷயம் என்ன என்று தெரிந்துகொள்ள வேண்டுமே.

ஜன்னல் வழியாக நான் கண்ட காட்சியை . . . பயங்கர மாக அலறிவிட்டேன். என் மூளை வேலைசெய்ய மறுத்தது. கண்கள் நிலைக்குத்திட்டு நின்றன. என்ன நடந்திருக்கிறது என்பதைப் புரிந்துகொள்ள முடியவில்லை, எதுவும் நினை வுக்கு வரவில்லை.

நான் பார்த்த காட்சி இதுதான்.

அறையில் ஏகத்துக்கு ரத்தம் உறைந்துகிடந்தது. தவறாக ஏதாவது பார்க்கிறேனோ? ஆனால் அடுத்த நிமிடமே என் சந்தேகம் தீர்ந்தது. அறையில் ஒரு கட்டில் கிடந்தது. அந்த இளைஞன் கட்டிலில் இயற்கைக்கு மாறான ஒரு நிலையில் குப்புறக் கிடந்தான். தலையணை முழுவதும் ரத்தம் வழிந்து தரையிலும் ரத்தம் தேங்கிக் கிடந்தது. பூர்ணிமா சுவருக்குப் பக்கத்தில் தரையில் படுத்துக் கிடந்தாள். உயிருடன் இருக் கிறாளா இல்லையா என்பதே புரியவில்லை. ஒரு தலையணை கட்டிலிலிருந்து உருண்டு பூர்ணிமா பக்கத்தில் விழுந்து கிடந்தது. அதிலும் நிறைய ரத்தக்கறை.

என் பயங்கர அலறல் வெகு தூரத்துக்குக் கேட்டது போலும். நாலா பக்கத்திலிருந்தும் ஜனங்கள் ஓடி வந்தார்கள். எனக்கு நினைவு தப்பிப் போயிற்று. என் முகத்தில் தண்ணீர் அடித்து என் மயக்கத்தை நீக்கினார்கள்.

இந்தப் பக்கம் கதவை உடைத்துக்கொண்டு சிலர் அறைக் குள் நுழைந்தார்கள். இளைஞனின் கழுத்தில், தோளில், கைகளில் அரிவாள்மணையால் வெட்டப்பட்ட அடையாளம் தெரிந்தது. முதல் நாள் இரவு காய்கறி நறுக்குவதற்காக வீட்டுச் சொந்தக்காரர்கள் அரிவாள்மணை கொடுத்திருந்தார்கள். அது ரத்தக் கறையுடன் படுக்கைக்கு மறுபக்கத்தில் விழுந்து கிடந்தது. பூர்ணிமாவின் புடவை, ரவிக்கையில் அதிக ரத்தம் இருக்கவில்லை. இந்தத் துரதிருஷ்டம் பிடித்தவள், இரவில் ஏதோ ஒரு நேரத்தில், கெட்ட மனநிலையில் இப்படி ஒரு பயங்கரமான காரியத்தைச் செய்திருக்கிறாள் என்பது புரிந்தது. தன் கையாலேயே சகோதரனைக் கொன்றிருக்கிறாள். கொன்று விட்டு, தான் என்ன செய்திருக்கிறோம் என்பது புரியாம

லேயே, களைத்துப்போய், தரையில் படுத்து நன்றாகத் தூங்கி விட்டாள். அவள் முகம் அமைதியாகச் சாந்தமாக இருந்தது. முகத்தில் பரிபூரணமான அழகு குடிகொண்டிருந்தது. முகம் குழந்தைபோல, பாவமில்லாமல் இருந்தது.

பெண்ணின் ப்ரளயக் காலத்துப் பயங்கர ரூபம் என் கண்முன் தோன்றியது. ஒரே கணத்தில் ப்ரளயத்தை உண்டு பண்ணுகிறாள் பெண். ஒரு கையால் அன்பையும் இன்னொரு கையால் மரணத்தையும் கொடுக்கிறாள். ஒரு கையில் கட்கத் தையும் இன்னொரு கையில் வர அபய முத்திரையும் கொண்டு விளங்குகிறாள்.

இதற்குப் பிறகு என்ன நடக்க வேண்டுமோ அது நடந்தது. கிராமத்து ஜனங்கள், வந்து குவிந்தார்கள். போலீஸ் வந்தது. எனக்குத் தெரிந்தவரை எல்லாவற்றையும் விவரமாக, தெளி வாகச் சொன்னேன். இவர்கள் கேள்விக்கு, நான் பதில் சொன்ன போது, ஒரு நேரத்தில், நான்தான் இளைஞனைக் கொலை செய்தேனோ என்று எனக்கே என்மீது சந்தேகம் வந்தது. தூங்கிக்கொண்டிருந்த பெண்ணுக்குப் பக்கத்தில் இருந்த இளைஞ னின் இறந்த உடலை நகர்த்த நான்தான் உதவினேன். கொலைக் கான சகல உபகரணங்களும் அங்கே இருந்தன. ரத்தம் தோய்ந்த வஸ்திரம், அரிவாள்மணை, படுக்கை எல்லாம் இருந்தன. பைத்தியமான அந்தப் பெண்ணின் தூக்கம் இன்னும் கலைய வில்லை. மதியம்வரை தூங்கிக்கொண்டிருந்தவளைப் வேறு வழியில்லாமல் போலீஸ் கலைத்து எழுப்பியது.

அவள் நிலை கண்டு கண்ணீர்விடாதவர்களே அந்தப் பகுதியில் இல்லை. ஆண்கள், பெண்கள் மட்டுமில்லை, போலீஸ் ஸ்டேஷனில் இருந்த முஸ்லீம் கான்ஸ்டபிள்கூடக் கண்ணீர் விட்டார்.

ஸயலாடி கலியாரிக்குத் தந்தி கொடுத்தார்கள். அவள் தகப்பனார் வந்தார். அவருடன், அவருடைய மூன்று நண்பர் களும் வந்திருந்தார்கள். அவர்கள் பூர்ணிமா திருமணமான வள் என்று சொன்னார்கள். பைத்தியமாக இருப்பதால் கணவன் ஏற்றுக் கொள்ளவில்லை. ஆனால் தனக்குத் திருமணம் ஆகி விட்டது என்பதே அவளுக்குத் தெரியாது. சில சமயங் களில் மட்டும் அதை உணர்வாள். பூர்ணிமாவின் தாய் இறந்து விட்டாள் என்பதையும் முதன் முதலாகத் தெரிந்து கொண்டேன்.

கௌரவமான குடும்பத்து விஷயம். அதிகப் பிரச்சினை ஏற்படக் கூடாது என்பதற்கான ஏற்பாடுகள் எல்லாம் செய்யப்பட்டன. செய்தித்தாளில் இந்த நிகழ்ச்சி பற்றிய செய்தி விவரமாக வெளிவந்தது, ஆனால் வேறுவிதமாக. இதனால்

வேண்டாத பிரச்சினையிலிருந்து நாங்கள் அனைவரும் காப்பாற்றப்பட்டோம்.

பூர்ணிமாவை நாஞ்சி பைத்தியக்கார ஆஸ்பத்திரியில் சேர்க்க ஏற்பாடு செய்யப்பட்டது. அவள் தந்தையும் அவளை வீட்டுக்கு அழைத்துப் போக இஷ்டப்படவில்லை. ஸ்ரீராம்பூர் கோர்ட்டிலிருந்து நேராகக் காரில் ஹௌராவுக்கு அவளை அழைத்து வந்தார்கள். ஹௌராவில் அவளை ராஞ்சி எக்ஸ்பிரஸில் ஏற்றிவிட்டபோது, வாய் நிறையக் கொள்ளை அழகுச் சிரிப்புடன் என்னைப் பார்த்து, “நீங்க எங்கள் ஸயலாடிக்குக் கட்டாயம் வரவேண்டும். நினைவிருக்குமா?” என்றாள்.

பின்னர் தந்தையைப் பார்த்து, “அண்ணா எங்கப்பா? அண்ணாவைப் பார்க்கவே முடிவதில்லையே. காது ஜிமிக்கி இரண்டையும் அண்ணா கிட்ட கழற்றிக் கொடுத்திருக்கேன், காது இரண்டும் காலியா இருக்குப்பா” என்றாள்.

இவையெல்லாம் சில வருஷங்களுக்கு முன்பு நடந்தவை. மனிதர்கள் போய் விடுகிறார்கள். மறைந்து விடுகிறார்கள். ஆனால் அவர்களைப் பற்றிய நினைவுகள் போவதில்லை. வாழ்க்கையில் இந்தப் பூமியில் எத்தனையோ சிதைகளின் சாம்பல்கள் தூவப்பட்டிருக்கின்றன. அந்தச் சாம்பல்களின் சூட்சுமமான இடங்களில் வெகு பரிச்சயமானவர்களின் அடையாளங்கள், சின்னங்கள் வரையப்பட்டுள்ளன.

இந்த சியாமளமான பூமி, சூரிய ஒளி, மாற்றம் அடையக் கூடிய பருவக்காலங்களின் ஆனந்தத்திலிருந்து விடுபட்டு, அது கிடைக்காமலேயே வாழ்ந்துகொண்டிருக்கும் அந்தத் துரதிருஷ்டம் பிடித்த பெண்ணின் நினைவு வரும்போதெல் லாம் அவள் இல்லையோ என்று தோன்றும். ராஞ்சி பைத்தியக் கார ஆஸ்பத்திரியில் இருக்கும் அவளைத் தெய்வம் இன்னும் எத்தனை காலத்துக்குக் கொடுமைப்படுத்தப் போகிறதோ?

இந்தக் கதையில் எல்லாருடைய பெயரையும் இடங் களின் பெயரையும் மாற்றிச் சொல்லியிருக்கிறேன். காரணம் உங்களுக்கே தெரிந்திருக்கும். யூகித்திருப்பீர்கள்!

காட்டில் நடந்த கதை

மாட்டாபூரு பங்களாவில் சில நாட்கள் தங்கி வர நாங்கள் போயிருந்தோம். பங்களாவுக்குப் பின்னா லேயே இருநூறு கை நீள அளவிற்குள்ளேயே நீண்ட மாட்டாபூரு மலைத்தொடர் இருந்தது. காட்டுப் பகுதி யில் இருந்த சிறிதளவு சமதரையைச் சுத்தப்படுத்திக் காட்டு இலாகாவினர் இந்தப் பங்களாவைக் கட்டி இருந்தனர். அந்தச் சமதரைப் பூமிப் பகுதியில் காட்டு இலாகாவினரின் முயற்சியில் குலூ ஆப்பிள், சீதாப்பழம், பம்பாய் மாம்பழம், காஷ்மீர் கொய்யா ஆகிய மரங் களை வளர்த்துவிட்டிருந்தார்கள். சற்றுத் தொலைவில் இருந்த மாட்டா கிராமத்தின், ஆடு மாடுகள் முதலிய வற்றின் தொந்தரவிலிருந்து காப்பாற்றிக் கொள்வதற் காகஇப்போது தோட்டத்தைச் சுற்றிலும் சால மரக் கன்றுகளை வேலி போல நட்டுவைத்திருந்தார்கள். கிராமத்தில் ஐம்பது அறுபது வீடுகளுக்குமேல் அதிக மாக இல்லை. எல்லாரும் மிகவும் ஏழைகள். எல்லார் வீடுகளுமே செம்மண்ணைக் குழைத்துப் பூசி, வைக்கோல் கூரை போட்ட வீடுகள்தாம். ஒரேயொரு வீடு மட்டும் கல் சுவரால் கட்டப்பட்டதாக இருந்தது. அந்த வீட்டுக்குச் சொந்தக்காரர்தான் கிராமத்து ஜமீன்தாராம். பெயர் பாபு கேதாப்தாரி. வீட்டின் குடும்பப் பெயரே ‘பாபு’ என்பதுதானாம். அவர்களில் ஒருவருடன் பேச எனக்குச் சந்தர்ப்பம் கிடைத்தது. அவர் பெயர் தர்ப்பநாராயண் பாபு! அவன் காட்டிலாக்காவின் ஆர்டர்லியாக இருந் தான். மாதம் இருபது ரூபாய் சம்பளம். அரசாங்கம் கொடுத்திருந்த கோடாலியைத் தோளில் சுமந்துகொண்டு தர்ப்பநாராயண் பாபு காட்டிலாக்காவின் ரேஞ்ஜார்

என்பவன் பின்னாலேயே காட்டுக்குள் சுற்றித் திரிந்துகொண் டிருப்பான். காட்டுப் பகுதியிலிருந்து மரங்களைத் திருட்டுத் தனமாக வெட்டி எடுத்து வந்து பாக்முண்டி சந்தையில் விற்றுக் கிடைக்கும் பணம்தான் அந்தக் கிராம மக்களின் வருமான மாக இருந்தது. மலைமீதிருந்து வில்வம், கேந்த், பியால், காட்டு உருளைக் கிழங்கு, இனிப்பு டுமூர் காஞ்ஜா முதலிய காட்டு மலர்களைச் சேகரித்து வந்து சந்தையில் விற்பதும் காட்டு மிருகங்களை வேட்டையாடுவதும் அவர்களுடைய வேலை. முன்பெல்லாம் இதற்கு யாரும் தடை சொன்னதில்லை. இப் போது காட்டிலாகாவின் ஊழியர்களின் கண்டிப்பான பேச்சால், எல்லாரும் நடுங்கித் தடுமாறிக்கொண்டிருந்தார்கள்.

நாங்கள், பங்களாவின் எதிரில் இருந்த புல்வெளியில் பெரிய பெரிய மூங்கில் நாற்காலிகளில் சாய்ந்து பேசிக்கொண் டிருந்தோம். எங்களுடன் பேசிக் கொண்டிருந்த மிஸ்டர் மிஷ்ர காட்டிலாகா அதிகாரி. அலுவலக சுற்றுபயணத்தில் வந்தி ருந்தார். அவர்களுடன் வந்திருந்தவரில் பெயர் ரத்தன்லால் கஸ்தகிர். பொதுபணித்துறை இன்ஜினியர். வெளிநாட்டுக்குப் போய்விட்டுத் தாய்நாட்டிற்குத் திரும்பி வந்திருக்கிறார். இன்னொருவர் பாக்முண்டி சர்க்கிளின் பொறுப்பான இஞ்ஜினி யர், மிஸ்டர் சர்க்கார். இவர் புதிய வேலையில் சேர்ந்து, ஒன்பது மைல்கள் தொலைவில் இருந்த பாக்முண்டி என்னும் காட்டுப் பகுதியால் சூழப்பட்ட மிகச் சிறிய கிராமத்தில் சில மாதங்களாகத் தங்கி இருக்கிறார். பர்மாவிலிருந்து மிகவும் கஷ்டப்பட்டு தப்பியோடி வந்திருந்தார்.

மிஸ்டர் சர்க்கார் தேநீரைக் குடித்துக்கொண்டே, தான் பர்மாவிலிருந்து எப்படித் தப்பித்து வந்தேன் என்னும் மெய் சிலிர்க்கவைக்கும் கதைகளைச் சொல்லிக்கொண்டிருந்தார். ஒரு சேர் அரிசி ஐந்து ரூபாய் என்று விலை கொடுத்து வாங்கி, கிட்டத்தட்ட ஒன்பது பேர்கள் எப்படியோ உயிர் பிழைத்திருப்பதற்காக ஒரு பிடி சோற்றைச் சாப்பிட்டு வந்து சேர்ந்திருக்கிறார்களாம். டெண்டில் படுத்துக்கொண்டிருக்கும் போது, காட்டுப் பகுதியில் புலியின் உபத்திரவம் அதிகமாம். அந்த ஒன்பது பேர்கள், ஆறு பேர்கள் வழியில் காலரா வந்து ஒருவர், இரண்டு பேர் என்று போய்ச் சேர்ந்து விட்டார்களாம்.

ஃபால்குன் மாதத்துக் கடைசிப் பகுதி. பங்களாவின் பின்னால் மாட்டாபூரு மலைத் தொடர்களில் காஞ்ஜா மலர்கள் மலர்ந்துகிடந்தன. அதன் நறுமணம் கிட்டத்தட்ட முல்லை மலரின் நறுமணத்தை ஒத்தது. நல்ல அடர்த்தியாக இருக்கும் காஞ்ஜா மலர்களின் தீவிரமான நறுமணத்தில்

கள் குடித்தவன்போல காற்று ஆட்டம் போட்டுக் கொண்டிருந்தது. ரகசியமயமான மலைப்பகுதியில் இருந்த காட்டில் காட்டுக் கோழி குரல் கொடுத்துக் கொண்டிருந்ததைச் சற்று முன்புகூடக் கேட்டேன். மறுபடியும் இரவின் நட்ட நடுப் பகுதியில் இன்னும் ஏதோ ஒரு பிராணியின் கூக்குரல் தெளிவாகக் காதில் விழுந்தது. ஒருவர், 'புலி' என்றார். இன்னொருவர், 'சம்பர் மான்' என்றார்.

மிஸ்டர் சர்க்கார் "இந்த இடம் மிக அற்புதமாக இருக்கிறது. என்ன அழகான, அற்புதமான ஸீனரி!" என்றார்.

"சில தினங்களாக நான் ஸ்வர்க்க லோகத்தில் இருக்கிறேன். மறுபடியும் கல்கத்தா அலுவலகத்துக்குப் போக வேண்டுமே என்ற நினைப்பு என்னை முள்ளாய்க் குத்துகிறது" என்றேன் நான்.

"நாளைக்கு உங்களை மாட்டாபூரு மலையின் உச்சியில் இருக்கும் காட்டுப் பகுதிக்கு அழைச்சிட்டுப் போறேன். எத்தனை எத்தனை வகையான மலர்கள் இருக்கின்றன என்பதை நீங்களே பார்த்து ஆச்சர்யப்பட்டுப் போவீர்கள்" என்றார் மிஸ்டர் மிஷ்ர.

"நானும் வருவேன்" என்றார் மிஸ்டர் சர்க்கார்.

"நாளைக்கு நீங்கள் புது வேலையில் சேர வேண்டாமா?" என்று கேட்டேன்.

"இல்லை . . . நாளைக்கு இல்லை. இன்னும் என் சாமான்கள் பலராம்பூரிலிருந்து இங்கே வந்து சேரவில்லை."

"ஆனால் இதற்குப் பிறகு பாக்முண்டி போவதற்கு உங்களுக்கு வண்டி கிடைக்காது. மிஸ்டர் மிஷ்ர நாளைக்குப் போகிறார்."

"ஆமாம், இவர் சொல்வது சரிதான். ஆனால் நான் எத்தனை மணிக்குக் கிளம்புவேன் என்பதைச் சொல்ல முடியாது. தட் டிபெண்ட்ஸ்."

"புரூலியாவிலிருந்து, தந்தி வந்தால்தான். . ."

"இல்லாவிட்டால்?"

"இல்லாவிட்டால், நாளைக்கு மறுநாள் போகலாம் . . ."

திடீரென்று மிஸ்டர் சர்க்கார் காதைத் தீட்டிக்கொண்டு, "அது என்ன? பயங்கரமான ஒலியாக இருக்கிறதே ...?" என்றார்.

நான் சிரித்தபடியே, "அதுதானே? என்ன என்று சொல்லுங்கள் பார்க்கலாம்?" என்றேன்.

"எனக்கு எதுவுமே புரியவில்லை. என்ன ஒலி அது? மிஸ்டர் மிஷ்ர! சரித்திரக் காலத்துக்கு முந்தைய, ப்ரண்டோஸராய்ஸ் இல்லை ... வெறும் நம் நாட்டு குரைக்கும் மான் தான்" என்றார்.

மிஸ்டர் சர்க்கார் ஆச்சர்யப்பட்டுப் போனார். "குரைக்கும் மான்?"

"ஆ ... இப்படியா ஒலி எழுப்புகிறது? அந்த ஒலி, காடு மலைகளைத் துளைத்துக்கொண்டு வருகிறதே."

நான் சிரித்தேன். "அதுதன் ஆட்சேபணையை அப்படித் தான் தெரிவிக்கிறது."

மிஸ்டர் மிஷ்ர வேலைக்காரனைக் கூப்பிட்டு, இன்னும் சில கோப்பைகளில் தேநீர் கொண்டு வரும்படி சொன்னார். இன்றைய இரவு மிகவும் அற்புதமான ஒன்றாக இருந்தது. பகல் வேளைகளில் வெயில் கடுமையாக இருந்தாலுமே காய்ந்த சால மரத்து இலைகளின் மணத்துடன், காஞ்ஜா மலர்களின் நறுமணம் நிறைந்த காற்று, வங்காள தேசத்து அக்ரஹாயண் (கார்த்திகை) மாதத்தின் இரவைப்போலக் குளிர்ச்சியாக இருந்தது. நாங்கள் கம்பளி, சால்வை இவற்றைப் போர்த்திக் கொண்டு உட்கார்ந்து கொண்டிருந்தோம்.

"பர்மாவிலிருந்து திரும்பி வரும் பாதையில், மலை – காட்டுப் பிரதேசங்களில் என்னென்ன காட்சிகளைக் கண்டீர்கள், மிஸ்டர் சர்க்கார்?" என்று கேட்டேன்.

"ஓ! சிந்தவின் நதியைக் கடந்து, மணிப்பூரின் பாதையில் மிக அற்புதமான மலைத் தொடர்கள், காடுகளின் காட்சி ... அடேயப்பா அதுபோல நான் கண்டதேயில்லை. பெரிய பெரிய வெள்ளைக்காரத் துரைகளும் இப்படித்தான் என்னிடம் சொன்னார்கள். எத்தனையோ இடங்களுக்குப் போய் வந்தவர்களும் பல அற்புதமான இயற்கைக் காட்சிகளைக் கண்டவர்களும் என்னிடம் இப்படித்தான் சொன்னார்கள். கடவுள் சிருஷ்டித்த இந்தப் பூமியில் நல்ல விஷயங்களைப்

பார்க்க விரும்பினால், பல பூமிப் பிரதேசங்களைச் சுற்றிப் பார்க்க விரும்பினால், துணிச்சலும் ஆர்வமும் பொறுமையும் கொண்டவர்கள் மணிப்பூர், பல்மா ரோட் வழியாக, சிந்தவின் நதிவரை சென்று அக்காட்சியைக் காணலாம். கண்கள் நிறைந்து, மனம் மகிழ்ச்சியில் துள்ளிக் குதிக்கும். பெரிய திருப்தியும் அமைதியும் மனத்தில் ஏற்படும். செலவிட்ட பணத்திற்கு ஒரு அர்த்தமும் இருக்கும் . . .”

வேலைக்காரன் எல்லாருக்கும் ஒவ்வொரு தேநீர் கோப்பையைக் கொடுத்துவிட்டுப் போனான். நாளை மறுநாள் புரூலியாவிலிருந்து மிஸ்டர் மிஷ்ரவுக்கான தந்தி வராவிட்டால் மாலையில் மிஸ்டர் சர்க்காரை அழைத்துக்கொண்டு நாக்டி டாங்கன் ஃபாரெஸ்டுக்கு நாங்கள் எல்லாருமாகச் சேர்ந்து போகலாம் என்று தீர்மானித்தோம்.

மிஸ்டர் மிஷ்ர “பாக்முண்டியில் உங்களுக்கு ரொம்பவும் கஷ்டமாக இருக்கும் மிஸ்டர் சர்க்கார். சிறிய கிராமம், ஒரு வங்காளிகூட இல்லை, தங்க நல்ல வீடு கிடையாது. காட்டிலாகா பங்களா இருப்பது என்னவோ உண்மைதான், ஆனால், அதில் எத்தனை நாட்கள் தங்கியிருப்பீர்கள்? யார் சமைப்பார்கள்? பலவிதமான அசௌகரியங்கள். நாகரிகமான ஒரு முகம்கூடப் பார்க்க முடியாது. காடு, மலைக்கிடையே வாசம் . . .” என்றார்.

மிஸ்டர் கஸ்தகீர் “வீடு கிடைக்கிற வரை, அவர் காட்டிலாகா பங்களாவில்தான் இருப்பார். அதைத் தீர்மானித்தாகி விட்டது. பெரிய மனிதர் வீட்டுப் பிள்ளை, எங்கே போவார்? மரத்தடியில் வசிக்க முடியாதே” என்றார்.

மிஸ்டர் கஸ்தகீர், மிஸ்டர் சர்க்காரின் மேலதிகாரி. மிஸ்டர் சர்க்கார், நன்றி கலந்த பார்வை பார்த்தபடி “அது தங்கள் குட் வில் . . . என் குடும்பத்தை அழைத்து வர முடியுமானால் . . . இந்த ஏற்பாட்டைச் செய்து கொடுங்கள். இல்லாவிடில் ரொம்பவும் கஷ்டம்” என்றார்.

மிஸ்டர் மிஷ்ர, வியப்புடன் “குடும்பமா? இல்லை ஸார், நான் உங்களுக்கு அந்த ஆலோசனையைச் சொல்லவில்லை . . .” என்றார்.

“ஏன் ?”

“இல்லை. இது போன்ற மகாமோசமான இடத்திற்கு யாரும் தங்கள், குடும்பத்தை அழைத்து வர மாட்டார்கள் . . .”

"வேறே வழி? ...வயிறு ...க்காகத்தான்."

"அது கிடக்கட்டும்... என் யோசனை வேறே."

"அது யார்?"

வெளி மனிதன் ஒருவன் தெருவிலிருந்து பங்களாவுக்குள் வந்துகொண்டிருந்தான். மிஸ்டர் மிஷ்ரவின் கேள்விக்குப் பதில் சொல்வதுபோல, அவனருகில் வந்து நின்றுகொண்டு, ஒரு பெரிய சலாம் போட்டான். பிறகு முன்னால் வந்து ஒரு கடிதத்தை மிஷ்ரவின் கையில் கொடுத்தான். மிஷ்ர கடிதத்தைப் பிரித்து விட்டு, "இது வங்காளி மொழியில் எழுதப்பட்ட கடிதம் என்னால் படிக்க முடியாது... நீங்களே படியுங்கள், யார் எழுதியிருப்பது..?" என்று என் கையில் கடிதத்தைக் கொடுத்தார். நான் பிரித்தேன். கோணலும் மாணலுமான பெண் கையெழுத்து. சில வரிகளே எழுதப் பட்டிருந்தன. அதில் எழுதப்பட்டிருந்தது "என் கணவர் உபாநந்த மண்டல் மரணப் படுக்கையில் இருக்கிறார். சில நாட்களாகவே ஜுரம்... விடவேயில்லை. நினைவு இல்லை. தன்னந்தனியாக நான் என்ன செய்வது... ஒன்றும் புரிய வில்லை. என் கையில் பணங்காசு எதுவுமில்லை. நான் சொல் வதைப் புரிந்துகொள்ளக் கூடியவர் யாருமில்லை... இந்தக் கடிதத்தை எழுதியிருக்கிறேன்... வங்காளி பாபு இருந்தால் இந்தக் கடிதத்தைப் படித்து விட்டுத் தயவுசெய்து வந்து என் கணவரைக் காப்பாற்றுங்கள்... இப்படிக்குத் துக்கத்தில் மூழ்கி இருக்கும் உபாநந்த மண்டலின் மனைவி."

நான் பதற்றத்துடன் நாற்காலியை விட்டு எழுந்து நின்றேன். மிஸ்டர் கஸ்தகர், "என்ன? யாரிடமிருந்து கடிதம்? என்ன விஷயம்?" என்று கேட்டார்.

மற்றவர்கள் திகைத்துப் போய் நின்று கொண்டிருந்தார்கள். கடிதத்தைக் கொண்டு வந்தவர் அங்கேயே நின்றுகொண் டிருப்பது திடீர் என்று நினைவுக்கு வந்தது. அவரிடம் விசாரித்த போது, "பாக்முண்டியிலிருந்து" என்றான்.

"யார் இவர்?" என்று நான் கேட்டேன்.

"கண்ட்ராக்டருடைய கிளார்க்!"

"எந்த கண்ட்ராக்டர்?"

"காட்டிலாகா அதிகாரி; அந்த கண்ட்ராக்டர் அங்கே இருப்பதில்லை. அவருடைய குமாஸ்தா அவருடைய வேலை களைக் கவனித்து வருகிறார். ஏழு தினங்களாக உடம்பு சரியில்லை..."

அப்புறம் மிஸ்டர் மிஷ்ர புரிந்து "லோசன்லால் கண்ட்ராக்டரின் ஆள் ... மாசம் முப்பது, நாற்பது ரூபாய் சம்பளம் ... அல்பத் தொகை ... அங்க வங்காளிகன்னு யாருமே இல்லையே ..." என்றார்.

மிஸ்டர் கஸ்தகீர் "சரி வாங்க எல்லாருமே போகலாம். ஒரு வங்காளிக் குடும்பம் தவிச்சிக்கிட்டு இருக்கு. இந்த அந்நிய இடத்தில் ... காட்டில் ... லெட் அஸ் ..."

இருபது நிமிடங்களுக்குள் எல்லாரும் தயாராகி, மிஸ்டர் மிஷ்ரவின் காரில் ஏறிக்கொண்டோம். கூடவே கடிதம் கொண்டுவந்த ஆளும் வந்தார். போகும் வழியில் எல்லாம், அடர்த்தியான காட்டுப் பிரதேசம். வலது பக்கத்தில், நீண்ட மாட்டாபூரு மலைத் தொடர் எங்கள் கூடவே பயணித்தது. காட்டுப் பிரதேசத்தில் அங்கங்கே மலர்ந்து கிடந்த காஞ்ஜா மலர்களின் மணம் காற்றை நிறைத்து மிதந்து கொண்டிருந்தது. மேடும் பள்ளமுமாக இருந்த பிரதேசத்தில் ஷோபர் என்னும் பெயர்கொண்ட நதி துள்ளிக் குதித்து விளையாடிக்கொண்டிருந்தது. அடேயப்பா! என்ன அழகான பெயர். அந்த நதியைக் கடந்து (அதில் இப்போது அதிகம் தண்ணீர் இல்லை என்றே சொல்லலாம்.) இரவு எட்டரை மணிக்குள் பாக்முண்டிக்குப் போய்ச் சேர்ந்துவிட்டோம். கடிதத்தைக் கொண்டு வந்தவன் எங்களை அந்த வீட்டிற்குள் அழைத்துப் போனான். வீட்டிற்கு முன்னால் ஒரு பெரிய குஸும் மலர் மரம்! வீட்டிற்குள்ளிருந்து வந்த அழுகைக் குரலைக் கேட்டதும், எங்களுக்குக் காரிலிருந்து இறங்கவும் தயக்கமாக இருந்தது. கை காலை மடக்கிக் கொண்டு உட்கார்ந்து கொண்டிருக்கவும் முடியவில்லை.

மிஸ்டர் மிஷ்ர உரக்கக் குரல் கொடுத்தார், "வீட்டில யாரு இருக்காங்க?" காரின் ஹாரனையும் ஒலிக்கச் செய்தார்கள்.

அக்கம் பக்கத்தில் இருந்து இரண்டு மூன்று பேர் கார் அருகில் வந்தார்கள்.

மிஸ்டர் மிஷ்ர, "இங்கே ஒரு வங்காளிக் குடும்பத்தில் உடம்பு சரியில்லாமல் யாராவது இருக்கிறார்களா?" என்று கேட்டார்.

அதிகாரிகளைப் போல உடை உடுத்தி இருந்த எங்களைக் கண்டதும் அவர்கள் பயந்து போய் விட்டார்கள். ஒரு சலாம் போட்டு விட்டு, "அந்தப் பாபு செத்துப் போயிட்டார்" என்றான் ஒருவன்.

நாங்கள் எல்லாரும் ஒரே குரலில், "என்ன? என்ன? எப்ப?" என்று கத்தினோம்.

"இன்னைக்கு மூணு மணிக்கு."

"காரியமெல்லாம் நடந்து முடிஞ்சிதா?"

"இன்னும் இல்லை அய்யா."

"பிணம் எங்க?"

"வீட்டுக்குள்ளாறத்தான் ... என்ன செய்யுறது பாபு ... நாங்க எல்லாரும் முஸ்லீம்கள் ... வங்காளி இந்துவை நாங்க எப்படித் தொட முடியும்? என்ன சடங்கு செய்ய முடியும்?"

இதற்கிடையில் கடிதம் கொண்டு வந்தவனைப் பற்றி நாங்கள் மறந்தே போனோம் ... அவன் வீட்டிற்குள்ளிருந்து வெளியில் வந்து "அம்மா, ஒங்களை உள்ளாற வரச் சொன்னாங்க" என்றான்.

வீட்டிற்குள் போனதும் கண்ட காட்சி பரிதாபமாக இருந்தது. வீட்டிற்குள், அதிக வெளிச்சம் இல்லை. விளக்குகளும் இல்லை. இரண்டு, மூன்று சிறிய சிறிய அறைகள். ஓர் அறைக்குப் பக்கத்தில் இருந்த சிறிய வராந்தாவில் இரண்டு, மூன்று பெண் பிள்ளைகள் உட்கார்ந்து அழுதுகொண்டிருப்பது தெரிந்தது. அறைக்குள் எட்டிப் பார்த்தபோது எதுவும் தெளிவாகத் தெரியவில்லை. அதற்குப் பிறகு உற்றுப் பார்த்தபோது, ஒரு கயிற்றுக் கட்டிலில் யாரோ படுத்திருப்பதுபோலத் தெரிந்தது. அந்தக் கட்டிலுக்குப் பக்கத்தில் தரையில் குப்புறப் படுத்தபடி ஒரு பெண் அழுதுகொண்டிருப்பது தெரிந்தது. பீஹார் மாநிலத்தில் இருக்கும், மிகச் சிறிய கிராமம், மிகச் சிறிய வீடு, வெளிச்சமோ காற்றோ வருவதற்கான வழியே இல்லை. இது மாதிரி வீடுகளில் ஜன்னல் என்று ஒன்றே பெரிதாக இருக்காது.

எங்களைப் பார்த்ததும் அந்தப் பெண் இன்னும் பெரிதாக அழுதாள். அந்த துணையே இல்லாத இளம் விதவைப் பெண்ணின் அழுகை, அலறுவது போலக் காதில் ஒலித்தது. அந்த அழுகையில் பாதி கணவனுக்காக, இன்னொரு பாதி தன்னந்தனியாக நிர்க்கதியாக இருக்கும் தன் நிலையைக் குறித்துப் பயம் காரணமாக. எங்களில் சிலர் வங்காளிகள், சிலர் பீஹாரிகள்!

மிஸ்டர் கஸ்தகீர், சமாதானப்படுத்தும் குரலில் "அழாதீங்க அம்மா! நாங்க வந்திருக்கோம். ஏதாவது ஏற்பாடு செய்து

கொடுக்கிறோம் "என்றார். மிஸ்டர் மிஷ்ர – அறைக்குள் எட்டிப் பார்த்துவிட்டு, வராந்தா பக்கம் வந்த நின்றுகொண்டு, "ஓ! வெரி வெரி ஸாட்" என்றார்.

எங்களைப் பார்த்து விட்டு, நாலைந்து பேர் வீட்டிற்குள் வந்தார்கள். இத்தனை நேரமாக யாருமே இல்லை. மிஸ்டர் மிஷ்ர அவர்களைப் பார்த்து அதட்டும் குரலில், "இந்தப் பாக்முண்டி கிராமத்தில் ஒரு பெண் இப்படி ஆபத்தில் மாட்டிக் கொண்டிருக்கும்போது, சமாதானப்படுத்தி, அவளுக்கு உதவ என்று யாருமே இல்லையா? எல்லாரும் பணம் சம்பாதிக்க மட்டும்தான் இங்க வந்திருக்கீங்களா? மனிதத்தன்மையே இல்லையா?" என்று கேட்டார்.

இந்தப் பகுதியில் வசித்த மக்களில் பெரும்பான்மை யோர், முஸ்லீம்கள். காட்டுச் செடி, மரம், கொடி இவற்றை விற்றுப் பணம் சம்பாதிக்கவென்று அவர்கள் பல இடங்களி லிருந்து வந்திருக்கிறார்கள். சிறிய கிராமம்தான் ஆனாலும் காட்டு மரங்கள், செடி கொடிகளுக்காகப் பெரிய சந்தையே இங்கே கூடுகிறது. ஒவ்வொரு திங்கட்கிழமையும் இந்த நேரத் தில் வெளியூர்களிலிருந்து பலரும் இங்கே வந்து தங்குவார்கள். சிலர் வீடுகள்கூடக் கட்டிக் கொண்டிருக்கிறார்கள். சில சமயம் வீடுகளை வாடகைக்கும் விடுவார்கள். இந்துக்களும் நிறையப் பேர் இங்கே இருக்கிறார்கள்.

உண்மையிலேயே கோபம்தான் வந்தது. என்ன ஜனங் கள்? இவர்களுக்குக் குடும்பம் என்ற ஒன்றே இல்லையா? இந்தச் சின்னப் பெண் விதவையாகத் தன்னந்தனியாக வெளி யூரில், தவித்துக் கொண்டிருக்கிறாள். இவளோடு இருந்து சமாதானப்படுத்தக்கூட இந்த ஊரில் பெண்கள் யாரும் இல்லையா?

வரவே இல்லை என்று சொல்ல முடியாதாம். ஒன்றி ரண்டு பேர் வந்துவிட்டுப் போனார்களாம். இந்த மனிதர் மதியம் மூன்று மணிக்குச் செத்துப் போயிருக்கிறார். இப்போது இரவு மணி ஒன்பது. ஆறுமணி நேரம்வரை எந்தப் பெண்ணால் உட்கார்ந்துகொண்டிருக்க முடியும்? அவரவர்களுக்கு வீடு, வேலை என்று இல்லையா? யாரையும் குற்றம் சொல்ல முடியாது. அந்தப் பெண்ணின் அதிர்ஷ்டத்தைத்தான் குற்றம் சொல்ல முடியும்.

"இதோ பாரம்மா! அழுது என்ன பிரயோசனம்... நடந்தது நடந்து போச்சு. எல்லாவற்றுக்கும் முன்னால் இறுதிச் சடங்குகளைச் செய்தாக வேண்டும். கொஞ்சம் வெளியில

வாங்க... நாங்க கொஞ்சம் விசாரிக்கணும்...” என்றேன் நான்.

அந்தப் பெண் வெளியில் வந்து நின்றாள். இருபத்திமூன்று இருபத்திநான்கு இல்லை, அதிகம் போனால் இருபத்தியைந்து இருக்கும் அழுக்குப் புடவை அணிந்திருந்தாள். இரவு முழு வதும் கண் விழித்திருந்ததால் முகம் மெலிந்து காணப் பட்டது. ஆனாலுமே அந்தப் பெண் பார்க்க நன்றாகத்தான் இருந்தாள். சிவப்புத்தான். கையில் இரண்டு மெல்லிய வளையல்கள்! சில கண்ணாடி வளையல்கள் அணிந்திருந்தாள்.

அவள் முகம் முழுவதும் ஏக்கம், கவலை அப்பிக் கிடந்தது. துணையே இல்லாத, தனிமையின் பீதி நிறைந்த வாழ்க்கையைப் பற்றிய சிந்தனைக்கோடுகள் அவள் முகம் முழுவதும் படர்ந்து கிடந்தன.

அவருடைய கணவன் உபாநந்த மண்டல், இங்கே காட்டி லாகாவின் கண்ட்ராக்டரிடம் குமாஸ்தாவாக வேலை பார்த்து வந்தான். லோச்சன்லால் கண்ட்ராக்டர் பெரிய மனிதர். அவருக்குக் கீழ் பல பேர் பல இடங்களில் வேலை பார்த்துக் கொண்டிருந்தார்கள். கை நீட்டிச் சம்பளம் வாங்கிக் கொண் டிருந்தார்கள். அவர் இங்கிருந்து வெகு தொலைவில் இருக்கும் தன்பாத் என்னும் ஊரில் இருந்தார். அதுவும் ஒரே ஊரில் இருக்க மாட்டார். இன்று கல்கத்தாவில், நாளை கரக்பூர் என்று பயணம் செய்துகொண்டே இருப்பார்.

உபாநந்த மண்டலின் வீடு புரூலியாவுக்கு அருகில் ஒரு சிறிய கிராமம். அந்தப் பெண்ணுக்குச் சொந்த ஊர் நதியா ஜில்லா. அவளுக்குத் திருமணமாகிப் பத்து வருடங்கள் ஆகிறது. அதன்பலனாக இந்த மூன்று குழந்தைகள். பெற்றோர் வீட்டில் நிலைமை மிக மோசம். கணவன் வீட்டிலும் வயதான ஒரு பெரிய மாமனார் தவிர வேறு யாருமே இல்லை. வேலை செய்து சம்பாதிக்காவிட்டால், குடும்பம் நடத்துவது எப்படி? இத்தனை தொலைவில் இருக்கும் காட்டுப் பிரதேசத்துக்கு வரவேண்டும் என்று தலைவிதி. வேறு வழி இல்லாமல்தான் இங்கே கணவனுடன் வந்திருக்கிறாள் என்று தன் கதையை அவள் எங்களிடம் சொன்னாள்.

“அம்மா வீட்டில யார் இருக்காங்க?”

“சித்தி அவங்க ரெண்டு புள்ளைங்க.”

“அப்பா உயிரோட இருக்காறா?”

“இருந்தா, எனக்கு இந்தக் கதி வருமா?”

என்று சொல்லிவிட்டுக் கேவிக் கேவி அழுதாள்.

அவள் குரலில் இயலாமை, தனிமையின் ஏக்கம் வெடித்துக் கிளம்பியது கருக்கமாக எல்லாவற்றையும் தெரிந்து கொண்டோம். கணவன், மனைவியிடையே எவ்வளவுதான் அன்யோன்யம் இருந்தாலுமே, நாளைக்குப் பசிக்குச் சாப்பிடக் கையில் காசே இல்லை என்ற நிலையில் அவள் எது குறித்து அழுதிருக்க முடியும்!

மிஸ்டர் கஸ்தகீர் ஆங்கிலத்தில் “கடைசியில் பிணத்தை நாம்தான் தூக்கும்படியாக வந்துவிடுமோ?” என்று கேட்டார்.

“இருக்கிற நிலைமையைப் பார்த்தால் அப்படித்தான் தோன்றுகிறது.”

“இந்த ராத்திரியிலா?”

“மூன்று மணியிலிருந்து ராத்திரி முழுக்கப் பிணம் இங்கேயே வீட்டுக்குள்ளேயே இருக்குமா? அது கூடாது.”

எங்கள் காரைக் கவனித்ததும், ஊர் ஜனங்களில் பலர் வீட்டுக்கு முன்பும் முற்றத்திலும் வந்து நின்றார்கள்.

நாங்கள் கடந்து வந்த ஷோபா நதிக்கரையிலேயே மயானம் இருக்கிறது என்று அவர்கள் சொன்னார்கள். ஹிந்து என்று சொல்லக்கூடிய யாரும் இந்தக் கிராமத்திலில்லை. இறுதிச் சடங்குகளும் நியமப்படி செய்யப்படுவதில்லை. யார் இருக் கிறார்களோ யாருக்கு என்ன தெரியுமோ சூழ்நிலை எப்படியோ அதற்குத் தகுந்தாற் போலத்தான் இறுதிச் சடங்குகள் நடக் கின்றன. ஷோபா நதி இங்கிருந்து மூன்று மைல்கள் தொலை வில் இருக்கிறது. பிணத்தைத் தூக்கிக்கொண்டு அவ்வளவு தூரம் நடந்துதான் போயாக வேண்டும். வேறு வழியில்லை என்று விபரமாக, விளக்கிச் சொன்னார்கள் அந்த ஜனங்கள்.

மிஸ்டர் மிஷ்ர, “பிணத்தை என் காரில் ஏற்றுங்கள். எனக்கு ஆட்சேபனை இல்லை. நதிக்கரைக்குப் போகலாம் வாங்க” என்றார்.

இந்த யோசனைக்கு நான் ஆட்சேபனை தெரிவித்தேன்.

“மிஸ்டர் மிஸ்ரவுக்கு ஆட்சேபனை இல்லாமல் இருக்க லாம். ஆனால் இறந்தவருடைய மனைவிக்கு ஆட்சேபனை இருக்கலாமே. அவர் இந்த உதவியை ஏற்றுக் கொள்ள மறுக்கக் கூடும். ஒன்றும் புரியாமல் யார் வேண்டுமானாலும் எதை வேண்டுமானாலும் சொல்லலாம்” என்றேன்.

அன்றைய தினம் இரவு எதுவுமே செய்யமுடியாமல் போயிருந்திருக்கும். ஆனால், மான்பூமியில் வசிக்கும் புவனேஷ்வர் பானர்ஜி என்னும் ஒருவர் கூட்டத்தில் இருந்தார். அந்தப் பகுதி காட்டுமிராண்டி மனிதர்ளுக்கிடையே அவரைத் தெரிந்து கொள்ள முடியாமலே போயிருக்கும், கூட்டத்தில் இருந்த ஒருவர் அவரைச் சுட்டிக்காட்டி 'இதோ ... இவர் பிராம்மணர்' என்று சொல்லியிருக்காவிட்டால் ...

"எங்கே பிராம்மணன்? எங்கே?"

கறுப்புப் பூதம் போன்ற ஒரு மனிதர் கூட்டத்திலிருந்து சற்றே வெட்கம் கலந்த முகத்துடன், கூட்டத்தை விட்டு வெளியில் வந்து ஓர் ஓரமாக நின்றார். எட்டு முழத்தில் மிக அழுக்கான வேஷ்டி ... அழுக்கும் புழுதியும் மண்ணும் பட்டுக் கிட்டத் தட்டச் சிவப்பு வண்ணத்தில் இருந்தது. தெருவில் கூலி வேலை செய்கிறவன்போல இருந்தான். தரித்திரம்!

இறுதிச் சடங்கை எங்கே செய்யலாம் என்று அவரிடம் கேட்டதற்கு, "நதிக்கரையில ..." என்றான்.

அதாவது, ஷோபா நதிக்கரையில் மணலின் மீது ...!

அவன் வரத் தயாராக இருந்தான். ஆச்சர்யமாக இருந்தது ... பணங்காசு எதுவுமே கேட்கவில்லை. இறுதிச் சடங்குகள் நடந்து முடிந்த பிறகும் நாங்களாகவே பணம் கொடுக்க முன்வந்தபோதும் முதலில் வாங்கிக்கொள்ள மறுத்து விட்டான். அவனுடைய இந்த நிராகரிப்புச் செயற்கையாக இல்லாமல் இயற்கையாக இருந்தது. ஷோபா நதிக்கரையில் அவன்தான் சிதையை அடுக்கினான், பெரிய பெரிய கட்டைகளைச் சுமந்து கொண்டு வந்தான். பிணத்தை நாங்கள்தான் சுமந்துகொண்டு போனோம். மரக்கட்டைகளைக் காரில் கொண்டு வந்தோம். ஆனால் ஏதோ திட்டிக்கொண்டே இருந்தான். இதுதான் அவனிடம் இருந்த பெரிய குற்றமாக இருந்தது. ஆனால் களைப்பே தெரியாமல் வேலை செய்தான். ஏமாற்ற வேண்டு மென்ற எண்ணம் அவனிடத்தில் சிறிதும் இல்லை. இரவு முழுவதும் ஷோபா நதிக்கரையில் இருந்த, அடர்ந்த வனப் பகுதியிலிருந்து சால மரத்தின் கிளைகளை, இலைகளை ஒடித்துக் கொண்டு வரவேண்டியிருந்தது அவனுக்கு. கிருஷ்ணப் பக்ஷத்துத் துவாதசித் திதியின் தேய்ந்த நிலவு எவ்வளவு குறைவாக நிலவொளியைப் படர விட்டதோ, அந்த வெளிச்சத்திலேயே, நாங்கள், ஷோபா நதிக்கரையின் மணலில், இரவின் கடைசிப் பகுதியில் எங்கள் வேலையை முடித்துக் கொண்டு விடியும் முன்பே காரில் ஏறிக்கொண்டு, திரும்பவும் பாக்முண்டி திரும்பினோம்.

அந்தப் பெண், இதற்குள்ளாக வீட்டை ஒழுங்குபடுத்தி வைத்திருந்தாள். வெளியூரில், காட்டுப்பகுதியில் இருந்தாலும் நன்றாகவே கைவேலைகளைக் கற்று வைத்திருந்தாள் போலும். அவளே செய்த கைவேலைகள் அங்கே கண்ணில் பட்டன. கணவனே கண் கண்ட தெய்வம் என்று கம்பளி நூலால் பின்னி, அதைச் சுவரில் தொங்கவிட்டிருந்தாள். கம்பளி நூலால் செய்த ஒரு நாய் இருந்தது. சரஸ்வதி, காளி தெய்வங்களின் படங்கள் சுவரில் மாட்டப்பட்டிருந்தன. ஒரு காலண்டரும் சில வேஷ்டிகளும் அலமாரியில் வைக்கப்பட்டிருந்தன. ஓர் ஓரத்தில் போடப்பட்டிருந்த பெஞ்சின் மீது இரண்டு தகரப் பெட்டிகள் இருந்தன. ஒரு அலுமினியப் பாத்திரம். வெற்றிலைப் பெட்டி ஒன்று லேசாக வெளிச்சம் போட்டுக் கொண்டிருந்தது. இத்தனை நல்ல குடும்பம் இன்று உடைந்து, நொறுங்கிப் போகப் போகிறது என்று நினைத்தபோது மனம் வேதனைப் பட்டது. எந்த அஸ்திவாரத்தின் மீது இந்த வீடு இருந்ததோ அந்த அஸ்திவாரம் இன்று காலையில் ஆடிப் போய்விட்டது. இது போன்று எத்தனையோ குடும்பங்களின் சரித்திரத்தைக் கண்டிருக்கிறேன்.

அந்தப் பெண்ணின் பெயர் எனக்குத் தெரியவில்லை. ‘கணவனே கண்கண்ட தெய்வம்’ என்று நூலால் பின்னி அலங்கரிக்கப்பட்ட சித்திரத்தில் அதற்குக் கீழே ‘ஷைலபாலா தேவி’ என்று எழுதியிருந்தது. இதுதான் அவள் பெயராக இருக்க வேண்டும். ஷைலபாலா ரொம்பவே அழுதாள். நாங்கள் ஊர் ஜனங்களை ரொம்பவும் திட்டியதால், யாரோ இரண்டு பெண்கள் வந்து அவளுக்குத் துணையாக இரவில் அவளுடன் தங்கியிருந்திருக்கிறார்கள்.

எங்கள் ஆலோசனைக் கூட்டம் கூடியது. “மிஸ்டர், இப்ப என்ன செய்யலாம் சொல்லுங்க?” என்று கேட்டார்.

நான் அந்தப் பெண்ணிடம் போய், “உங்க கையில் என்ன இருக்குது?” என்று கேட்டேன்.

ரெண்டு ரூபாயைத் தவிர எதுமே இல்லை உடம்பு சரியில்லாததால் எல்லாப் பணமும் செலவழிந்து போய்விட்டது. தவிர அந்தப் பகுதியில் இருந்த மளிகைக் கடைக்காரனிடம் சாமான் வாங்கியதற்குப் பாக்கி, வீட்டுக்காரன் வந்து வாடகை கேட்டுச் சத்தம் போட்டு விட்டுப் போகிறானாம்!

“சரி, உங்க அப்பா வீட்டுக்குச் செய்தி சொல்லியனுப்பட்டுமா? இப்போ அழுதுகிட்டிருந்தா ஒரு வேலையும் நடக்காது. சொல்லுங்க என்ன செய்யணுமோ சொல்லுங்க...” என்றேன் நான்.

“அங்க எப்படிப் போவேன். சித்தி, அவங்க ரெண்டு புள்ளைங்க இருக்காங்க... அவங்க என்னை உள்ளயே விட மாட்டாங்க.”

“மாமனார் வீட்டுக்குச் செய்தி சொல்லியனுப்புங்க அப்ப.”

“ஒரு கிழட்டு, பெரிய மாமனார் மட்டும் தான் இருக்கார். அவர் தனியா இருக்கார். அவரே சமைச்சுச் சாப்பிட்டுக்கறார்.”

“கஞ்சனா?”

“அப்படி இல்லை. ஏழை. பரம ஏழை. ரெண்டு பிள்ளைங் களும் ரெண்டு பேரன்களும் செத்துப் போயிட்டாங்க, இப்ப யாருமே இல்ல.”

“எப்படி நடக்குது வாழ்க்கை?”

“எப்படியோ நடக்குது. நெலத்துல ஏதோ கொஞ்சம் நெல்லு வெளையுது. அக்கம்பக்கத்தில இருக்கிறவங்களுக்கு, கடுதாசு எழுதிக் கொடுக்கிறார்... பத்திரம் எழுதி ஏதோ சில்லறைக் காசு கிடைக்குது. இப்பல்லாம் அவருக்குக் கண் கூடத் தெரியல்ல. அவர் எனக்கு எடம் குடுப்பாரா? என் மாமனார் ரொம்ப நாளைக்கு முன்னாலே, என் கல்யாணத் துக்கு முன்னாலேயே தனியா போயிட்டாரு.”

“ஒங்க கணவருக்குன்னு, வீடு, வாசல், நெலம்னு ஏதாவது நிச்சயம் இருக்கும். மண் வீடு, வைக்கோல் கூரை. இத்தினி நாளா நாங்க வெளியூரில் இருக்கோம். வீட்டு நெலமை எல்லாம் எப்படி இருக்குதோ யாருக்குத் தெரியும்.”

எல்லா விஷயங்களையும் விசாரித்துக்கொண்டு வந்த பிறகு, நாங்கள் திரும்பவும் யோசனை செய்தோம். இந்தப் பெண் இங்கேயே இருந்தால் யார் இவளைக் கவனித்துக் கொள்வார்கள்? அதுவுமில்லாமல் இந்தப் பகுதி நல்ல பகுதி இல்லை. ஒரு சாமான் வாங்கிக் வந்து கொடுக்கக்கூட ஆள் இல்லை. யாரும் எட்டிக்கூடப் பார்க்க மாட்டார்கள். எதேதோ யோசித்து விட்டு கடைசியில் அவளுடைய பெரிய மாமனா ருக்கே தந்தி கொடுத்தோம்.

“என்ன பெரிதாகப் பலன் ஏற்பட்டுவிடப்போகிறது? அவருக்கு என்ன தலைவிதி – அவர் என்ன பார்க்க ஓடி வரப்போகிறாரா?”

“சித்தியிடம் அனுப்பி வைக்கலாமா?”

“அவள் உடனே ஓடி வரப் போகிறாளா?”

“நீங்க என்ன சொல்லுறீங்க?”

“எனக்கு ஒண்ணும் தோணல்ல.”

“சரி வாங்க. அந்தப் பெண்ணை இங்கிருந்து காட்டிலாகா பங்களாவுக்கு அழைச்சிட்டுப் போகலாம். இந்த வீட்டில ஒரு நாள்கூட இருக்க முடியாது. இந்த இடம் ரொம்ப மோசமா இருக்குது.”

வீட்டுக்காரனையும் கூப்பிட்டு, அவனுக்குப் பாக்கிப் பணம் இருபது ரூவா, கடைக்காரனுக்குப் பாக்கி இருபது ரூபாய், மொத்தம் நாற்பது ரூபாய் அவள் கையில் கொடுத் தோம். மாமனார் வீட்டுக்குப் போகத் தனிச்செலவு. சிரார்த்தம் (திவசம்) நடத்த வேண்டுமே, அதற்கு நூறு ரூபாய் . . .

காரில் அந்தப் பெண்ணை அழைத்துக்கொண்டு, பங்களா வுக்கு வந்தோம் அதிகம் சாமான்கள் இல்லை. அதை ஒரு மாட்டு வண்டியில் ஏற்றிப் பங்களாவுக்குக் கொண்டு வரும்படி சொல்லியாயிற்று. பங்களாவில் இருந்த ஓர் அறையில் அவளைத் தங்க வைத்துவிட்டு, அவளுக்குச் சமைத்துக் கொள்ளச் சாமான் களை வாங்கி வரும்படி கடைக்கு அனுப்பினோம். கிராமத்தி லிருந்து ஒரு பெண்ணைக் கூப்பிட்டு வந்து, அவளுடன் இரவு பகலாகத் தங்கவும் ஏற்பாடு செய்தாயிற்று.

இரண்டு, மூன்று தினங்கள் ஓடியே போய்விட்டன. என்ன கஷ்டம், என்ன கஷ்டம்! அம்மா வீடும் இல்லை, மாமியார் வீடும் இல்லை. நாங்கள் கொடுத்த தந்திக்கு எந்த விதமான பதிலும் வரவில்லை.

“புரூலியாவின் ஹிந்து மகாசபை செகரட்டரி லலித்பாபு வுக்குச் செய்தி அனுப்ப வேண்டும். இந்த விஷயத்தின் பொறுப்பு நம்ம தலையில் விழுந்து விட்டது” என்று மிஸ்டர் கஸ்தகீர் சொன்னார்.

“நாம காட்டிலாகா பங்களாவில் தங்குவதற்கான கால அவகாசமும் முடிந்து போய்விட்டது. இப்போ இந்தப் பெண்ணை வைத்துக்கொண்டு என்ன செய்வது?” என்று கேட்டார் மிஸ்டர் மிஷ்ர.

“அங்க அனாதை ஆசிரமம் ஒண்ணு இருக்கு . . . அதில ஏதாவது ஏற்பாடு செய்துகொடுக்கலாமே?” என்றேன் நான்.

“கிறிஸ்டியன் மிஷனரிக்குச் சொந்தமானதுதானே . . . அந்தப் பேச்சையே விட்டு விடுங்கள்” என்றார் மிஸ்டர் கஸ்தகீர்.

பெரிய கவலையாகிவிட்டது. யாருக்கும் என்ன செய்வது என்று ஒன்றும் புரியவில்லை. பிறத்தியான் வீட்டுப் பெண் . . . யார் என்ன என்று ஒன்றுமே தெரியாது. பெரிய ஆபத்தில் மாட்டிக் கொண்டுவிட்டோமே. ஷைலபாலா, நிறைய வேலைகள் செய்தாள். எங்களுக்காகத் தேநீர் தயாரித்து அனுப்பினாள். சமைத்துப்போட்டாள். பங்களாவில் இருந்த சமையலறைக்குள் போய்த் தானே தேடித் தேடிப் பார்த்துச் சமைத்து வைத்தாள். ஆனால் எப்போதும் அழுதுகொண்டே இருந்தாள். அவளைக் கோபித்துக்கொள்ள முடியாது. அவளுக்கு ஏதாவது ஒரு வழி செய்தாக வேண்டும். ஆனால் என்ன செய்வது? யாருக்கும் எதுவும் புரியவில்லை.

இன்னும் மூன்று நாட்கள் கழிந்தன. வெளியூருக்கு வேலையாக என்று வந்திருக்கும்போது நாங்கள் கையில் அதிகப் பணம் என்று எதுவும்கொண்டு வரவில்லை. நாங்களும் கிளம்பிப் போய்விட்டால் அவளுடைய கதி என்ன? எங்கே விட்டுவிட்டுப் போவது? எங்கே அனுப்பி வைப்பது? இந்தப் பங்களாவிலும் விட்டுவிட்டுப் போக முடியாது. யார் என்ன பேசுவார்களோ?

மாஜ் கிராமத்தின் ஒரு வைஷ்ணவக் கிழவரின் ஆலோசனைப்படி அவளை நாங்கள், அவருடன், ஷைலபாலாவின் பெரிய மாமனார் இருக்குமிடத்திற்கு அனுப்பி வைத்தோம்.’

செலவுக்காகக் கையில் கொஞ்சம் பணமும் கொடுத்தோம். இந்த ஐந்தாறு தினங்களுக்குள் பங்களாவில் ஒரு சிறு குடும்பமே நடந்தது என்று சொல்லலாம். போகும்போது அவள் பெரிதாக அழுதாள்.

அவளுக்கு இங்கிருந்து போகவே விருப்பமில்லை. இந்தக் காட்டுப் பங்களாவிலேயே நிரந்தரமாக அடைக்கலம் புகுந்து விடலாம் என்று நினைத்தாளோ? எந்த அடைக்கலம் அவளுக்கு அவள் கணவனிடம் கிடைக்கவில்லையோ அது இங்கே கிடைக்கும் என்று நினைத்திருக்கலாம்.

ஷைலபாலா தன் மூட்டை, முடிச்சுகளோடு காரில் ஏறினாள். காரில் அவளைப் பலாரம்பூர் வரை அனுப்ப முடியும். அங்கிருந்து அவள் ரயிலில் தனியாகப் போக வேண்டும்.

சந்தியாக் காலம்! பஞ்சமித் திதியின் நிலவொளி, மாட்டாபூரு மலைத்தொடரின் சால மரக் காட்டின் மீது விழுந்து பரவிக்கொண்டிருந்தது. காஞ்ஜா மலர்களின் இனிமை கலந்த நறுமணம் காற்றில் தவழ்ந்து மனதை மயக்கிக் கொண்

டிருந்தது. சில தினங்களுக்கு முன்பு நாக்டிடாண்ட்டின் வனத்தில், ஷோபா நதிக்கரையில் இருந்த காட்டுப் பகுதியில் நுகர்ந்த அதே மணம்! மாஜ் கிராமத்தின் மஹீவா மலர் களிலிருந்து எடுத்த கள் மோகத்தை உண்டாக்கியது. அவள் எங்கே போகிறாள்? இனி எப்படி இருக்கப் போகிறது அவள் வாழ்க்கை? யார் அவளுக்கு அடைக்கலம் கொடுக்கப் போகி றார்கள் என்பன போன்ற கேள்விகள் மனத்தில் எழுந்தன. கார் கிளம்பிப் போய் விட்டது.

மறுதினம், மிஸ்டர் சர்க்கார் வந்து நின்றார்.

"என்ன? என்ன விஷயம்? திடீரென்று வந்திருக்கிறீர்கள்?"

"இல்லை ... நான் அங்கே வரப்போவதில்லை. உபாநந்த மொண்டலின் நிலைமையைக் கண்டதிலிருந்து ... இங்கே வேலை செய்வதில் அர்த்தமே இல்லை என்பதைப் புரிந்து கொண்டேன். என் குடும்பம் இல்லாமல் என்னால் இங்கே இருக்க முடியாது. குடும்பத்தை இங்கே அழைத்துக்கொண்டு வந்தாலும், இது மாதிரி ஆபத்துகள், பிரச்சினைகள் எனக்கும் நடக்கலாம் ... எனக்கு மட்டுமா, யாராக இருந்தாலும் அவர் களுக்கும் இப்படி நடக்கலாம். இது மாதிரி இடத்தில் என்னால் வேலைசெய்ய முடியாது. நான் வேலையை ராஜினாமா செய்துவிடப் போகிறேன்."

மறுதினமே, மிஸ்டர் சர்க்கார், புரூலியாவுக்கு மூட்டை முடிச்சுகளோடு கிளம்பிப் போய்விட்டார். என்ன சொல்லி யும் அவரைச் சமாதானப்படுத்தி, அங்கேயே தொடர்ந்து தங்கவைக்க முடியவில்லை!

'கூப்பி'

மான்பூம், மேடும் பள்ளமும் நிறைந்த காட்டுப் பிரதேசம். சற்றுத் தொலைவில் மலைத்தொடர் நீண்ட தூரம்வரை பரவிக் கிடந்தது! வசந்த காலம் முடிவடையும் தருணம். பலாச புஷ்பம் காட்டுப் பிரதேசத்தில் நெருப்பை வாரியிறைத்திருந்தது. அந்தப் பகுதியின் உயரமான விரிசல் கண்ட நிலப் பகுதியிலிருந்து கண்ணுக்கு எட்டிய தொலைவு வரை, ரத்தப் பலாச வனங்கள் தூரத்தில் இருந்த நீல மலைத் தொடர்களின் மடியைத் தொட்டுக்கொண்டிருந்தன.

காட்டுப் பகுதியைக் காண்பதற்காக வந்த நான், தெருவின் ஓரத்தில் இருந்த பலாச வனத்தின் அருகில் இருந்த பங்களாவில் தங்கியிருந்தேன். காட்டு மரங்களை வெட்டி எடுத்துச் சென்றால் எவ்வளவு வருமானம் கிடைக்கும் என்று யோசித்தவாறே சுற்றிக்கொண்டிருந்தேன். ஒருநாள் மாலை நேரத்தில், வனப் பகுதியைச் சுற்றிப் பார்த்துவிட்டுத் திரும்பிக்கொண்டிருந்தேன். பாதையின் ஓரத்தில் இருந்த நெல்லிமரத்தடியில் ஒரு ஆளும், ஒரு சிறுமியும் ஏதோ ஒரு பொட்டலத்தைப் பிரித்து எதையோ எடுத்துச் சாப்பிட்டுக் கொண்டிருந்தனர். ஜனநடமாட்டமே இல்லாத பாதை. சுற்றுப்புறத்திலும் யாரும் இல்லை. சந்தியாக் காலம் ஆக அதிக அவகாசம் இல்லை. எதிரில் பாக்முண்டியின் காட்டுப் பாதை. இந்தச் சமயத்தில் அந்த ஆள் யார் என்பதைத் தெரிந்துகொள்ள அவனை நோக்கி நடந்தேன். அவன் முகத்தைப் பார்த்து, அவன் வயதை அனுமானிப்பது கடினம். தலைமுடிகளில் சில நரைத்திருந்தன. அந்தப் பொட்டலத்திற்குள் இரண்டு கிழிந்த துணிகள், ஒரு போர்வை, கொஞ்சம் மக்காச்சோளம் – இரண்டு

சேர் இருக்கும், ஒரு காலித் தேயிலை டப்பாவோ பிஸ்கெட் டப்பாவோ இருந்தன. அதுதான் அவன் பசியைச் சமனப் படுத்திக் கொண்டிருந்ததோ என்னவோ. அவனுடன் இருந்த சிறுமிக்கு நான்கு அல்லது ஐந்து வயது இருக்கலாம். கிழிந்த உடையை அணிந்திருந்தாள்.

"எங்க? ...எங்க போறீங்க? எந்த ஊரு?" என்று கேட்டேன்.

"தோடாங் ... கொஞ்சம் நெருப்பு இருக்குதா?" என்றான் அந்த ஆள்.

"நெருப்புப் பெட்டியா? இருக்குது ... தர்றேன். தோடாங் இங்கிருந்து எவ்வளவு தொலைவில் இருக்குது?"

"கொஞ்சம் தொலைவுதான் இருக்கும் ... ஐந்து கோசம் இருக்கும்."

"எங்கிருந்து வர்றீங்க? ... இந்தச் சந்தியாக் காலத்தில்?"

"அதோ ... அதோ ... அ ... ந் ... தப் புரூலியாவிலிருந்து ... நெருப்புக் குடு பாபு... இந்தப் பொண்ணோட அம்மா செத்துப் போய் ரெண்டு வருஷம் ஆகுது ... இந்தப் பொண்ண வீட்டில் வச்சிட்டு, காட்டுக்குள்ளாற வெறகு வெட்டப் போக முடி யல்ல ... அதான் புரூலியாவுக்குப் போனேன். ரெண்டு வருஷமா பிச்சை எடுத்துக்கிட்டு இருக்கேன் ..."

அந்த ஆள் பேசிய விதம் என்னைக் கவர்ந்தது. பங்களா வுக்குத் திரும்பிப் போய் என்னாகப் போவுது ... அங்கேயும் துணை இல்லாத தனிமைதானே! அதற்குப் பதிலாகச் சிறிது நேரம் இவனுடன் பேசிக் கொண்டிருக்கலாமே. அருகில் ஒரு பெரிய பாறை இருந்தது. அதன்மீது உட்கார்ந்து அவனுக்கு ஒரு பீடியை எடுத்துக் கொடுத்தேன். நானும் ஒன்றைப் பற்ற வைத்துக்கொண்டேன். அந்த ஆளுடைய வீடு, ஐந்தாறு 'குரோச' தொலைவில் இருந்த காட்டுப் பகுதியில் இருந்த ஒரு குக்கிரா மம். பாக்முண்டி, ஜால்தா மலைத்தொடர் மற்றும் காட்டுப் பகுதியின் நடுவில் இருந்த ஒரு நிழல் கவிந்த பள்ளத்தாக்கில் பலாசம், மஹுவா, ஆலமரம், கேந்த் ஆகிய மரங்களுக்கடியில் இருந்தது அந்தக் கிராமம். அவனுக்கு இரண்டு குழந்தைகள் பிறந்து இறந்து போனபிறகு, இந்தப் பெண் குழந்தை பிறந்த தாம். இவளுக்கு இரண்டு வயது இருக்கும்போது அதன் தாயும் மரணப் பாதையில் பயணித்துவிட்டாள். அந்த ஆள் காட்டி லிருந்து மரத்தை வெட்டி எடுத்துக் சந்தன் கியாரி சந்தையில் விற்கிறானாம். அந்தப் பகுதியில் இருந்த மனிதர்கள் பலரும் அப்படித்தான் செய்துகொண்டிருந்தார்கள். ஆனால் அந்த

இரண்டு வயது பெண் குழந்தையைக் கவனித்துக்கொள்ள வீட்டில் யாரும் இல்லை. இந்த வெயிலில், மழைக் காலத்தில் அந்தக் குழந்தையை நடத்தி அழைத்துக்கொண்டு போய் மலை உச்சியில் இருக்கும் மரங்களை வெட்டுவது எப்படிச் சாத்தியம்? அதனால்தான் காட்டுப் பகுதிக்குள் இருந்த வீட்டை விட்டுவிட்டு அவன் புரூலியாவுக்குக் கிளம்பிப் போய்விட்டான்.

“இந்த வெறகுகளை வெட்டி எடுத்திட்டுப் போனா என்ன வருமானம் கிடைக்கும்?”

அந்த ஆள் பீடியை உள்ளுக்குள் ஒரு இழுப்பு இழுத்து விட்டு, “முதுகில சுமந்துகிட்டுப் போனா மூணு அணா, நாலணா! காட்டுக்குள்ளாற இருந்து எடுத்துக்கிட்டு வந்தா ரெண்டு பைசா. அரிசி வெல குறைவுதானே! எங்க ரெண்டு பேர் வயிறும் ரொம்பிப் போகும். கவலையில்ல. அதுக்கப்புறம்தான் இந்தப் பொண்ணு வவுத்தில வந்திச்சு, அவ அம்மா செத்துப் போன பிறகு, இத்தனை சின்ன குழந்தையை விட்டுப்போட்டுப் போக மனசு வரல்ல. சரி புரூலியாவுக்குக் கெளம்பிப் போயிடலாம் . . . நல்ல டவுன் . . . எங்க ரெண்டு பேரோட வயிறும் ரொம்புமே . . .”

“புரூலியா என்ன பெரிய டவுனா?”

“பெரிய ஊரு பாபு! நல்ல ஊரு . . . இந்த மூலையிலிருந்து அந்த மூலைக்குப் போக . . . இந்த ரெண்டு வருஷத்தில என்னால முடியல்ல . . .” நான் அவனுக்கு இன்னொரு பீடியைக் கொடுத்தேன். பேச்சுச் சூடுபிடித்தது.

“அப்புறம் . . .” என்றேன் நான்.

புரூலியா டவுனுக்குத் தான் எப்படியெல்லாம் நடந்து போய்ச் சேர்ந்தான் என்ற கதையை வர்ணித்துச் சொல்லிக் கொண்டிருந்தான். அவனுடைய பக்கத்துக் கிராமத்தில் இருந்த ஒரு ஆள் புரூலியா டவுனில் ஏதோ வேலை செய்து வந்தான். அவனுடைய விலாசத்தைத் தேடிக் கண்டுபிடிக்கச் சில நாட்கள் ஆகிவிட்டன என்றான். இருட்டத் தொடங்கிவிட்ட ஒரு நாள் மாலையில், பெரிய மனிதர் ஒருவருடைய வீட்டு வாசலில் பெண்ணின் கையைப் பிடித்துக் கொண்டு பிச்சை கேட்க நின்றுகொண்டிருந்தானாம் . . . அவர்கள் இவனுக்கு இரண்டு பைசா கொடுத்தார்களாம். அதில் கொத்துக்கடலையை வாங்கி அப்பனும் மகளும் சாப்பிட்டார்களாம். பிறகு மரத்தடியில் படுத்துவிட்டார்கள். போலீஸ் இவர்களைப் படுக்க விடாமல் விரட்டியடித்தது. நடு இரவில் போலீஸ் லாந்தர் விளக்கை எடுத்து வந்து . . . ம் . . . கெளம்புங்க . . . எழுந்திரு எழுந்திரு என்ற மிரட்டியது. அதற்கு அடுத்த தினம் அந்த பக்கத்துக்

கிராமத்து அந்த ஆளின் விலாசம் கிடைத்தது. இவன் நினைத்தது போல் அவன் பெரிய ஆள் ஒன்றுமல்ல. அவன் இரண்டே அறைகள் கொண்ட ஒரு வீட்டில் இருந்தான். அவனுடன் அவன் மனைவியும் இருந்தாள். புகையிலையைப் பக்குவப் படுத்தித் தலையில் சுமந்துகொண்டு போய் விற்று விட்டு வருவாள். சில சமயத்தில் தண்ணீர் கூஜாவை விற்கப் போவாள். மலிவு விலையில் வாங்கி அதிக விலைக்கு விற்பாள். இதெல்லாம் மிகச் சாதாரணமான வியாபாரங்கள். ஆனால் ஊரில், கிராமத்தில் தன்னைத்தானே பெரிய மனிதன் என்று காட்டிக் கொண்டான்.

ஏதேதோ பேச்சுக்களுக்குப் பிறகு தன் வீட்டு வராந்தாவில் ஓர் ஓரத்தில் தங்கிக்கொள்ள அனுமதி கொடுத்தான் அந்தப் பக்கத்துக் கிராமத்து ஆள். "குடிக்க, சாப்பிட எதுவும் என்னால குடுக்க முடியாது. ராத்திரி நேரத்தில வராந்தா ஓரத்தில வந்து படுத்துக்க" என்று அவன் சொல்லிவிட்டான். இவனும் போய்ப் படுத்துக் கொண்டான். இரண்டு வருடக் காலம் அப்படியே ஓடி விட்டது. அதற்குப் பிறகுதான் பஞ்சம் வந்தது. அரிசி விலை ஏகத்திற்கு ஏறிப்போய்விட்டது. டவுனில் அரிசி விலை பதினெட்டு ரூபாய் என்று ஏறி விட்டது. யாரும் பிச்சை போடுவதற்கு விரும்பவில்லை. அப்படியும் வாழ்க்கை, எப்படியோ தட்டுத் தடுமாறி ஓடியது. ஆனால் யார் வீட்டில் இவன் தங்கி இருந்தானோ, அவர்கள் தகராறுசெய்ய ஆரம்பித்து விட்டார்கள். அவர் இவனுக்கு இடம் கொடுக்க விரும்பவில்லை. "எங்கள் மனிதர்கள் வரப்போகிறார்கள் . . . வீட்டை காலி செய்யுங்கள் என்றார்கள்" தினமும் குழப்பம் விளைவித்தார் கள். அதனால் வேற வழியில்லாமல் டவுனை விட்டுக் கிளம்பித் தன் சொந்த ஊரான தோடாங் கிராமத்துக்குப் போய்க் கொண்டிருக்கிறானாம்.

அந்தச் சிறுமி, காலி பிஸ்கெட் டின்னைக் கையில் வைத்துக் கொண்டு டம் டம் என்று தட்டிக் கொண்டிருந்தாள்.

அவன் அந்தச் சிறுமியை அன்புடன் பார்த்து, "இவ பேரு கூப்பி" என்றான். அவனுக்கு மகிழ்ச்சியைக் கொடுக்க, "கூப்பியா? ரொம்ப நல்ல பேரா இருக்குதே . . ." என்று சொல்லி வைத்தேன்.

"ஆமாம் கூப்பிதான்" அவன் குரலில் கர்வம் தொனித்தது. என்னைத் திரும்பிப் பார்த்து, "பாபு! பொகையிலை வாங் கணும். ரெண்டு பைசா குடுப்பீங்களா?" என்று கேட்டான்.

நான் காட்டுப் பகுதியில் சுற்றித் திரிய வந்தேன். கையில் அதிகப் பணம் கொண்டு வரவில்லை. ஆனால் அவன் கேட்ட ரெண்டு பைசா பணத்தை மட்டும் கொடுத்தேன். கூப்பி

தன் தந்தையிடம் ஏதோ சொன்னாள். அவன், அவளைத் தன் தோளில் தூக்கிவைத்துக்கொண்டு முன்னேறி நடந்தான். அவர்கள் போவதைப் பார்த்தபடி, நான் நின்று கொண்டிருந்தேன்.

பாதை உயரமாகி கீழே வளைந்து போகிற இடத்தில் அவன் தன் ஐந்து வயதுக் குழந்தையைத் தோளில் சுமந்தபடி நடந்துகொண்டிருந்தான். அந்தத் திக்கில்தான் சூரிய அஸ்தமனம். சிவந்த கீழ்வானம் என்னும் திரையின் மீது அவனுடைய உருவம் ஓவியம்போலத் தெரிந்தது. கைதேர்ந்த சிற்பி வரைந்த வண்ண ஓவியமோ! காரணத்தை முன்பே சொன்னேன். அந்தப் பாதை மேடாகி உச்சிப்பகுதிக்குப் போனதால் அதற்கு அப்பால் இருந்த பிரதேசம் தெரியவில்லை. சிவந்த கீழ் வானம் மட்டும் தான் தெரிந்தது. பாதையே அந்த இடத்தில் ஒரு வளைந்த கோட்டை வரைந்து விட்டிருந்தது.

இவனுக்குச் சோறு இல்லை, தண்ணீர் இல்லை, ஐந்து வயதுப் பெண் குழந்தையைத் தோளில் சுமந்தபடி எத்தனை அன்போடு கவனித்துக் கொள்கிறான். புரூலியா டவுனில் கிடைக்காத சோறு, இந்தக் குக்கிராமத்தில் இந்தப் பஞ்சக் காலத்தில் கிடைக்கவா போகிறது என்று மனத்தில் நினைத்துக் கொண்டேன். வீணான நம்பிக்கை, எதிர்பார்ப்பு . . . அவனைக் கிராமத்தை நோக்கிக் கவர்ந்து இழுத்துக் கொண்டு போகிறது! யோசித்துக் கொண்டிருக்கும் போதே திடீரென்று அவன் காணாமல் போனான்.

இது போன மாதத்துக் கதை. அப்போது அரிசி பதினாறு ரூபாய் என்று விற்றது. மணங்கு பதினெட்டு ரூபாய் என்றும் விற்றது. மெல்ல மெல்லிய ஏற்றம் கண்டு முப்பத்தியிரண்டு ரூபாயில் வந்து நின்றது. பிறகு நாற்பது ரூபாய்க்குப் போயிற்று. இந்த நேரத்தில் என்னைப் பீஹாரிலிருந்து பங்களாதேஷுக்கு அனுப்பி வைத்தார்கள், வேலை நிமித்தமாக . . . கிழக்கு வங்காளத்தின் குமில்லா ஜில்லாவுக்குப் போக வேண்டியிருந்தது. மனிதர்கள் இப்படி, இவ்வளவு கஷ்டப்படுவதை ஒரு நாளும் நான் கண்டதில்லை. கண்ணால் பார்த்திராவிட்டால் நம்பியிருக்க மாட்டேன்.

உறவினர் ஒருவர் வீட்டில் தங்கியிருந்தேன். அவர்கள் வீட்டில் நடு இரவுவரை, நலிந்த, பசித்த, எலும்புக் கூடாகிப் போய் விட்டிருந்த சிறுவர், சிறுமிகள், கிழவர்கள், வயோதிகர்கள் பானையைக் கையில் தூக்கிப் பிடித்தபடி, "ஏதாவது கொஞ்சம் குடுங்க அம்மா . . ." பல குரல்கள் கெஞ்சின . . . குமில்லாவை விட்டு வெளியேறி ரயிலில், ஸ்டீமரில் பயணப்பட்ட வழியில் எல்லாம் எவ்வளவு ஜனங்கள் சோறு, தண்ணீர் இல்லாமல் மரணத்தை நோக்கிப் பயணித்துக் கொண்டிருக்கிறார்கள் என்பதை என் கண்ணால் கண்டேன்.

பீஹாருக்கு வந்து பார்த்தால் அங்கேயும் அதே நிலை தான். பஹேராகோடா பள்ளிக்கூடத்தில் போர்டிங் ஸ்கூலில் சமைத்த சோற்றின் கஞ்சித் தண்ணி திறந்த சாக்கடை வழியாக ஓடிவரும். அதைப் பிடித்துக் குடிக்க எத்தனையோ சிறுவர், சிறுமிகள், கையில் சிறு சிறு பாத்திரத்துடன் இரண்டு வேளை யும் பரிதாபமாக நின்றுகொண்டும் சில சமயம் சண்டை போட்டுக் கொண்டும் இருந்தார்கள்.

“இந்தக் கிராமத்து வெட்டியானின் குழந்தைகள் சோற்றுக் கஞ்சிக்காக இங்கேயே விழுந்து கிடக்கிறார்கள். காலையி லேயே வந்துவிடுகிறார்கள். இரவு ஒன்பது மணி வரை இந்தக் கஞ்சிக்காக இங்கேயே விழுந்து கிடக்கிறார்கள். ஒரு பிடி சோற்றுக்காக நாய்களுடன் போராடுகிறார்கள்” என்றார் அந்த ஸ்கூலின் ஹெட்மாஸ்டர்.

புரூலியாவிலிருந்து ஆத்ரா என்ற இடத்திற்குப் போனேன். பிளாட்பாரத்தில் இருந்த சிற்றுண்டிச் சாலையிலிருந்து, சாப்பாடு வாங்கிச் சாப்பிட்டுவிட்டு இலையைத் தூக்கிப் போட்டால், சிறுவர், சிறுமிகள் அதை எடுத்து நக்கிச் சாப்பிடுகிறார்கள். இவர்கள் சோறு, தண்ணீர் இல்லாமல் எலும்புக் கூடாகி நிற்கிறார்கள். அவர்கள் போட்டி போட்டுக்கொண்டு எடுத்த இலைகளில் உணவே இல்லை என்றுதான் சொல்லலாம். வெறும் இலையை நக்கினார்களோ? யாருக்குத் தெரியும்?

இப்படிப்பட்ட சூழ்நிலையில், புரட்டாசி மாதத்தில் நான் ஒரு ஊருக்கு வந்தேன். அங்கே ஒரு கண்ட்ராக்டர் தலைமை யில், பலர் டைனமைட் வைத்துப் பாறைகளைப் பிளக்கும் வேலை செய்துகொண்டிருந்தார்கள். காட்டுக்குள் பாறைகளைத் தகர்த்து அதை டாடா நகருக்கு அனுப்பிக் கொண்டிருந் தார்கள்.

ஒருநாள் நான், அங்கே இருந்த சிறிய ஆஸ்பத்திரிக்கு முன்பாக மக்கள் கூட்டம் நிற்பதைப் பார்த்து விட்டு முன்னால் போய் நின்றேன். டாக்டரின் அறைக்கு முன்பாக இருந்த குறுகிய நீண்ட வராந்தாவில் ஒரு கூலி ஆள் படுத்துக்கிடந் தான். முதுகில் பாண்டேஜ் வைத்துக் கட்டியிருந்தார்கள். பாண்டேஜை நனைத்துக்கொண்டு இரத்தம் பெருகிக் கொண் டிருந்தது. தரையெல்லாம் ரத்தம்!

“என்ன நடந்தது?” என்று கேட்டேன்.

“இப்படித்தான், சில சமயங்களில் நடந்துவிடுகிறது. ப்ளாஸ்டிங் செய்யும்போது கற்கள், தெறித்து வந்து அடித்து முதுகெலும்பையே ஒரேயடியாகப் பாதித்துவிட்டது. தையல் போட்டிருக்கிறேன். இனிமேல்தான், டாடா நகரில் இருக்கும்

ஆஸ்பத்திரிக்கு அழைத்துப் போக வேண்டும் ... ஆம்புலன்ஸ் வந்துகொண்டிருக்கிறது...” என்றார் அங்கே இருந்த டாக்டர்.

கூட்டத்தை விலக்கிக்கொண்டு முன்னால் சென்று எட்டிப் பார்த்தேன், ஐந்தாறு வயது இருக்கும் ஒரு சிறுமி, சற்றுத் தள்ளி உட்கார்ந்துகொண்டிருந்தாள். ஆனால் அவள் அழுது கொண்டிருக்கவில்லை. முகத்தில் சலனமில்லாமல் உட்கார்ந்த படி கீழே கிடந்த வைக்கோலை வாயில் வைத்துக் கடித்துக் கொண்டிருந்தாள்.

அந்தப் பெண்ணைப் பார்த்ததுமே எனக்கு நினைவுக்கு வந்து விட்டது. ஆறு மாதங்களுக்கு முன்புக் காட்டுப் பகுதியில், அந்த ஆளுடன் பார்த்தேனே அதே சிறுமிதான் ... கூப்பி!

அடிபட்ட கூலியின் முகத்தை நன்றாகக் கவனித்துப் பார்த்தேன். அவன் கூப்பியின் தகப்பன். அவன்தான், ‘இந்தப் பெண்ணுக்குப் பெயர் கூப்பி’ என்று கர்வத்துடன் சொன்னவன்.

அருகில் நின்று கொண்டிருந்தவர்களில் சிலரிடம், “இவங்க எங்கிருந்து வந்தாங்க?” என்று விசாரித்தேன்.

“மான்பூம் ஜில்லாவிலிருந்து ...”

“எந்தக் கிராமம்?”

“தோடாங் ...”

“அவனுக்குத் தெரிந்தவங்கன்னு இந்தப் பக்கத்தில யாரும் இல்லையா?”

“யார் இருக்கப் போறாங்க ... இந்தப் பொண்ணு ஒண்ணுதான் அவனுக்குன்னு இருக்குது. ரொம்பத் தொலைவி லிருந்து இங்கே வேலைசெய்ய வந்திருக்கான் ... இங்க கூலியா அரிசி குடுக்கறாங்க ... அதுதான்...”

“கம்பெனி எவ்வளவு அரிசி கூலியா குடுக்குது?”

“ஒரு வாரத்துக்கு அஞ்சு சேர் ... தலைக்குப் பின்னால” ஆக மொத்தம் கூப்பியின் கதையை ஒருவாறாக நான் அனுமா னித்துக் கொண்டேன். கிராமத்துக்குப் போய்ப் பார்த்தபோது வீடு உடைந்து நொறுங்கிப் போயிருக்கிறது. அரிசி கிடக்க வில்லை. கிடைத்தாலும் இவனால் அதைக் காசு கொடுத்து வாங்க முடியாது. மக்காயி பீடி, காட்டுச் சேப்பங்கிழங்கு, பூசணி, பறங்கி வேர்களைத் தின்று நாட்கள் கழிந்திருக்க வேண்டும் ... இதே கதையை அந்தப் பகுதியில் பல வேலை களில் ஈடுபட்டிருந்த கூலிகள் சொல்லக் கேட்டிருக்கிறேன். கடைசியில் இங்கே கூலி வேலை செய்ய வந்திருக்கிறான்.

முக்கியமாக கூலியாக அரிசி கிடைக்கிறது என்ற காரணத்தால். பணம் கொடுத்தாலும் இப்போதெல்லாம் கிராமத்தில் அரிசி கிடைப்பதில்லை. கிராமங்களில் என்ன நடக்கிறது என்பதை நான் ஓரளவுக்குத் தெரிந்துவைத்திருந்தேன்.

ஆம்புலன்ஸ் வண்டி வந்தது. எல்லோருமாகப் பிடித்துத் தூக்கிக்கொண்டுபோய் அவனை வண்டியில் ஏற்றினார்கள். வலி தாங்க முடியாமல் "ஆங் ... ஹாங் ... என்ற முனங்கல்கள் மட்டுமே அவனிடமிருந்து வெளிப்பட்டது. அவனுக்குப் பிரியமான, அவனுடைய கர்வத்துக்குக் காரணமான கூப்பியின் பெயரைக்கூட அவனால் சொல்ல முடியவில்லை. அவள் இருந்த பக்கம்கூட அவனால் திருப்பிப் பார்க்க முடியவில்லை.

டாடா நகர் இங்கிருந்து எழுபத்தியோரு மைல்கள் தொலைவிலிருக்கிறது. வண்டியின் குலுங்கல் காரணமாகவே செத்துப் போய்விடக்கூடும். இன்னும்கூட ரத்தம் கசிவது நிற்கவில்லை ... அதுவே முக்கியக் காரணம்.

இருமருங்கிலும் சால மரங்கள் சூழ்ந்த காட்டுப் பாதை வழியே நேர்ப்பாதையில், கூப்பியின் தந்தையைச் சுமந்துகொண்டு, ஆம்புலன்ஸ் வண்டி ஓட்டமாக ஓடியது. குறிக்கோளே இல்லாத எதிர்காலத்தை நோக்கி, மேற்கு வானத்தை நோக்கி ஜனனத்திலிருந்து, மரணத்தை நோக்கி மறுபடியும் மறுபடியும் ஓடிக்கொண்டிருந்தான் கூப்பி என்னும் சிறுமியின் தந்தை.

அன்புக்குரிய மகள், கூப்பியை யாரிடம் விட்டுவிட்டுப் போவது என்பதைத் தீர்மானிக்க நேரமே இல்லாமல் அவன் அவசரமாக ஓடிக்கொண்டிருந்தான்.

சோட்டா நாக்பூரின் காடுகளில்

நகரப் பகுதிகளிலோ தீர்த்த ஸ்தலங்களிலோ காணப்படும் கூட்டம், குழப்பம் இவையெல்லாம் எனக்குப் பிடிக்காது. ஜனநடமாட்டமே இல்லாத அமைதியான பிரதேசங்களே எனக்கு மிகவும் விருப்பம். அதனால் மலை, நதிகள், வனங்கள் அமைந்திருந்த பகுதிகளையே சுற்றிச் சுற்றி வருவேன். இந்தப் பகுதிகளில் தெய்வ சிருஷ்டியின் அற்புதத்தை, இந்திர ஜாலத்தை, தெய்வீகத்தைப் பலமுறை கண்டு, அனுபவித்து, உணர்ச்சி வசப்பட்டிருக்கிறேன்.

1949ஆம் வருடம், நவம்பர் மாதம் – அப்போது நான் காட்ஷீலாவில் இருந்தேன் – சோட்டா நாக்பூர் பகுதியில் இருந்த காட்டுப் பிரதேசத்தைச் சுற்றிப் பார்க்க வேண்டும் என்ற பெரும் ஆவல்கொண்டிருந்தேன். மிஸ்டர் சர்தார் சிங்கும் இதற்குச் சம்மதித்தார். சோட்டா நாக் காடுகளுக்குப் போக இருவருமாக மூன்று மணி நேரம் ரயிலில் பயணித்து சக்ரதார்பூருக்கு வந்தோம். சிற்றுண்டிச் சாலையில் தேநீரைச் பருகிவிட்டு, இருவருமாக ஹர்தயால் சிங்கின் வீட்டுக்குப் போனோம். இரவில் அங்கேயே சாப்பிட்டு விட்டுத் திரும்பவும் ஹோட்டலுக்கு வந்து இரவைக் கழித்தோம்.

காலையில் ஹர்தயால் சிங்கின் வீட்டில் தேநீருடன் தோட்டத்திலிருந்து பிடுங்கப்பட்ட முள்ளங்கிப் பிஞ்சுகளைச் சாப்பிட்டுவிட்டு இருவருமாகக் காரில் ஏறிக் கொண்டு புறப்பட்டோம். தெய்வத்தின் அபரிமிதமான கருணையால்தான் இது மாதிரி நண்பர்கள் எனக்குக் கிடைத்திருக்கிறார்கள். இல்லாவிட்டால் இத்தனை செள கரியமாக யார், என்னைக் காட்டுப் பகுதிக்கு அழைத்துப் போகப் போகிறார்கள்.

சாயிபாஸா பகுதிக்கு வந்தோம். அது மிகவும் சுத்தமான ஆராக்கியமான இடம். இங்கே ஒரு பெரிய ஏரி இருக்கிறது. ரொம்ப பெரியதல்ல என்றாலும் அழகாக இருந்தது. சுற்றிலும் உயரமும் பள்ளமும் கொண்ட அழகிய பாதை அமைந்திருந் தது. அதன் ஒரு பக்கத்தில் மலைத் தொடர்கள். இன்னொரு பக்கத்தில் அரசாங்கத்திற்குச் சொந்தமான நீண்ட காடு. இந்தக் காட்டில், சிறியதும் சற்றே பெரியதுமான பிராணிகள் வசித்துவந்தன. வழியில் சஞ்ஜய நதி. நதிக்கு மேலே பெரிய பாலம். அதைக் கடந்து காட்டுப் பாதையில், பதினாறு மைல் கள் சென்ற பிறகு, ஷலாயி பங்களா. இரண்டு வருடங்களுக்கு முன் இங்கே வந்திருக்கிறேன். பாபுலுவின் அம்மா சமையல் செய்துபோட்டார். அது நினைவுக்கு வந்தது.

பக்கத்தில் சிறிய கிராமம். பெயர் பாகைலா. இங்கே வாரத்தில் இருமுறை சந்தை கூடும். பலவிதமான பொருள்கள் விற்பனைக்கு வரும். இந்தச் சந்தையில்தான் பாபுலுவின் அம்மா ஒரு போர்வை வாங்கினாள். இந்தப் பகுதியிலேயே தயாராகும் போர்வை அது. காட்டுப் பகுதி இந்த இடத்தில் அபரிமிதமான அழகுடன் காட்சியளிக்கும். அமைதி நிறைந்த வனபூமி. அழகெனும் கம்பளத்தை விரித்துவைத்ததுபோல ஒரு காட்சி. கண்ணையும் மனத்தையும் கவர்ந்து சுண்டியிழுத்தது.

பாகைலாவுக்குப் போய்ச் சேர்ந்தபோது மணி ஒன்று. இன்ஸ்பெக்ஷன் பங்களா இருக்கிறது. அங்கே போனேன். கையிலேயே சாப்பாடு வைத்துக்கொண்டிருந்தேன். சாப்பிட்டு முடித்துவிட்டு, சிறிது நேரம் ஓய்வுஎடுத்துக்கொண்டு, மிஸ்டர் சிங்குடன் காட்டைச் சுற்றிப் பார்க்கக் கிளம்பினேன். காட்டுக் குள் வெகுதூரம் போய்விட்டோம். மெல்லச் சந்தியாக் காலம் நெருங்கிக் கொண்டிருந்தது. நான்கு திக்கிலும் மயான அமைதி காணப்பட்டது. வானில் இருந்த நிலவொளி இலைகளுக்கும் கிளைகளுக்கும் நடுவே எங்கெங்கோ ஒளிந்து, மறைந்து வெளிப்பட்டுக்கொண்டிருந்தது. முழுமையாக வெளிப்பட வில்லை. பூமிக்கு மேலே தெரிந்த வானம் கருநீல வண்ணப் போர்வைக்குள் விரிந்துகிடந்தது. ஆகாயம் முழுவதும் எண்ணிக்கையிலடங்காத விண்மீன்கள் கண் சிமிட்டி மகிழ்ந்து கொண்டிருந்தன! அபூர்வமான, காணக் கிடைக்காத காட்சி. வானம் எனும் சுவரில் தீபங்கள் வரிசையாக ஏற்றி வைக்கப் பட்டது போலிருந்தது. அவை மின்னிக்கொண்டிருந்தன. ஒருவகையான மகிழ்ச்சியும் துள்ளலும் மனத்திற்குள் நிறைந்து கிடந்ததை உணர்ந்தேன். அடடா! தெய்வம் எனும் சிற்பி இந்தப் பிரபஞ்சத்தை எத்தனை அபாரமான சௌந்தர்யத்

துடன் சிருஷ்டித்திருக்கிறான்! பாபுலுவைப் பற்றி நினைவுக்கு வந்தது... அவன் கண்கள் திறந்தால் நல்லது. அவன் கண்ணைத் திறந்து தெய்வம் என்ற மகாசிற்பியைக் கண்ணால் காண வேண்டும்!

இரவின் இரண்டாம் ஜாமத்தில் பங்களாவுக்குத் திரும்பி வந்தேன். மறுநாள் காலை எட்டுமணியளவில் திரும்பவும் காட்டைச் சுற்றிப் பார்க்கக் கிளம்பினேன். இருமருங்கிலும் எவ்வளவுஅடர்த்தியான பசுமை படர்ந்த காட்டுப் பகுதி! ஒவ்வொரு மரத்தையும் செடி கொடி, காதலனின் மார்பைத் தழுவுவது போலத் தழுவிக்கொண்டிருந்தது. அந்தச் செடி கொடி, மரங்களுக்குப் பின்னால் ஏதோ ஒளிந்து கொண் டிருந்தது போலவும் தோன்றியது. காட்டுக்குள் பாதை என்று ஒன்று இருந்தால் அந்தப் பாதை வழியாகச் செல்லும் பயணி, கானகத்தின் சௌந்தர்யத்தைக் காண வேண்டுமென்றால், அந்தப் பாதையின் இரு மருங்கிலும் காட்சிகளைப் பார்த்துக் கொண்டே செல்ல முடியும். ஆனால் இந்தக் கானகத்தில் பாதையே இல்லை. அதன் அழகைக் காணவேண்டுமென்றால் கானகத்திற்குள் நுழைவது தவிர வேறு வழி இல்லை. அடே யப்பா! எத்தனை, எத்தனை வகை மலர்கள் தேவ காஞ்சன மலர்கள் கூட்டம் கூட்டமாகக் 'குப்'பென்று மலர்ந்துகிடந்தன. பிட்டுனியா மலர்கள் மலர்ந்து விகசித்தன. நவம்பர் மாதம்! அந்தக் காட்டுப் பகுதி ஆச்சர்யமான வகையில் சில்லிட்டுக் கிடந்தது. கரம், கபலா, சால மரங்கள். பியா, சால் முதலிய மரங்கள் நெருக்கமாக, வானமே தெரியாத வண்ணம் அடர்ந்து வளர்ந்திருந்தன. காட்டு வாழையும் காட்டு மூங்கில்களும் ஏராளமாக வளர்ந்திருந்தன. பார்த்துக்கொண்டே கூரோ நதிக்கருகில் வந்து சேர்ந்தேன். நதிக்கரையில் மௌனமாக வந்து அமர்ந்தேன். இங்கிருந்து ஏழு மைல்கள் தொலைவில் ஒரு ஸ்டேஷன்!

சிறிது நேரம் அமர்ந்துவிட்டுக் கிளம்பி, காரில் ஏறிக் கொண்டு காஜுடியா வழியாக ஒரு கிராமத்திற்கு வந்தேன். கிராமத்தில் வசித்தவர்கள் ஹோ ஆதிவாசிகள் என்று அழைக்கப் படுகிறார்கள். எல்லாருமே கிறித்தவர்கள்! பெண்களின் முன் நெற்றியில், சிவப்பு ரிப்பன் இழுத்துப் பட்டிபோலக் கட்டப் பட்டிருந்தது. எல்லாருமே வேலை செய்துகொண்டிருந்தார் கள். இங்கே ஒரு பாதிரியார் இருந்தார். அவர் பெயர் தனகமார் ஹோ. அவருடன் சிறிது நேரம் பேசிக்கொண்டிருந்துவிட்டுப் பங்களாவுக்குத் திருப்பினேன். மணி அப்போது ஒன்று! ஸ்நானம், ஆகாரம் இவற்றை முடித்துக்கொண்டு படுத்தேன். படுத்த வுடன் தூக்கம்!

தூக்கம் கலைந்து, எழுந்து பார்த்தபோது, மாலை நேர மாகிவிட்டிருந்தது. வராந்தாவில் வந்து உட்கார்ந்தேன். அதன் முன்னால் வெயில் பளீரென்று மின்னியது. எதிரில் மலைத் தொடர்! அவற்றின் மேனியில் வண்ணங்கள் கலந்த சூரிய ஒளி படர்ந்து சிதறிக் கிடந்தது! நாற்காலியில் அமர்ந்து புத்தகத்தைக் கையில் வைத்துக் கொண்டு படிக்க ஆரம் பித்தேன். நேரம் போனதே தெரியவில்லை. சந்தியாக் காலத்து இருள் நான்கு திக்கிலும் கவிந்து வந்தது. நல்ல குளிர் தொடங்கி விட்டது. அப்போது அறைக்குத் திரும்பினேன். அறைக்குள் விறகுக் கட்டைகளைப் போட்டு நெருப்பு மூட்டியதால் இதமான சூடு பரவியிருந்தது.

அந்தச் சூட்டின் சுகத்தை அனுபவித்தவாறே மறுபடியும் புத்தகத்தைக் கையில் எடுத்து வைத்துக்கொண்டேன். அது பிரபல ஹிந்தி எழுத்தாளர், பிரேம்சந்த் எழுதிய சிறுகதைத் தொகுப்பு. புத்தகத்தைப் படித்து முடித்துவிட்டுச் சாப்பாடு! அதற்குப் பிறகு இரவு வெகு நேரம் கழித்து, அறைக்கு வெளியில் வராந்தாவில் கிடந்த நாற்காலியில் வந்து அமர்ந்தேன். மின் மினிப் பூச்சிகளின் வெளிச்சத்தில் காட்டுப் பகுதி மின்னியது. வானில் நட்சத்திரங்கள் கூட்டம் கூட்டமாகச் சுழன்றுகொண் டிருந்தன. விண்மீன்களின் கண் சிமிட்டல்களுக்கு முன்பாக, அமைதி நிறைந்த வனபூமி ஏதோ கனவுலகம்போல மனத்தை மயக்கியது! பேச்சுக்கு அவசியமே இல்லை. இறை சக்தியை நினைத்து, அந்தத் தேவ சிற்பியை நினைத்து மனம் விம்மியது.

மாலையில் மிஸ்டர் சிங் ஐ அழைத்துக்கொண்டு கைல கேரா கிராமத்தைச் சுற்றிப் பார்க்கக் கிளம்பினோம். சுற்றித் திரிந்துவிட்டுக் காலில் வலிவந்து, உடல் களைத்துப் போனதும் ஒரு மேட்டுப் பகுதிமீது ஏறி அமர்ந்தேன். சூரியன் அப்போது தான் அஸ்தமனமாகிக் கொண்டிருந்தது. என்ன அழகு! இது போன்ற எத்தனையோ அழகான காட்சிகளை, அற்புதமான இடங்களை என் மனத்தில் கற்பனைசெய்து பார்த்திருக்கிறேன். ஆனால் இப்போது இன்று இங்கே நான் கண்ட காட்சி என் கற்பனைகளுக்கு அப்பாற்பட்டதாக இருந்தது! தெய்வம் இன்று அத்தகைய அற்புதமான, அபூர்வமான காட்சியை என் கண் முன்னால் காட்டிக்கொண்டிருந்தது. அந்த இடத்தில் உட்கார்ந்தபடியே வீட்டுக்குக் கடிதம் எழுதினேன்!

வானத்தில் ஏராளமான நட்சத்திரங்கள். சால மரங்கள், மற்ற செடி மரங்களின் தலைக்கு மேலே இரவின் கடைசிப் பகுதியிலும் அவை மின்னிக்கொண்டிருந்தன. இவற்றையெல் லாம் கண்டு ரசித்துக்கொண்டிருந்தபோது, பாபுலு பெரியவ

னான பின், இந்தப் பிரபஞ்சத்தின் மகா சிற்பியின் கைவேலையைக் கண்டு அனுபவிக்க வேண்டும் என்று நினைத்துக் கொண்டேன்.

மறுதினம், குளித்து சாப்பிட்டுவிட்டு மோட்டார் காரில் ஏறிக்கொண்டு பால்டு பங்களாவை நோக்கிச் சென்றோம். வழியில் அரசாங்கத்துக்குச் சொந்தமான காட்டுப் பகுதியில் இரண்டு மூன்று பங்களாக்களும் கண்ணில் பட்டன. அடேயப்பா! எத்தனை அடர்த்தியான காடு! சோட்டா நாக்பூர் பகுதியில் பல காடுகளைக் கண்டிருக்கிறேன். ஆனால் கைலகோவின் காடுகளைப் போன்ற பயங்ரமான காடுகளைக் கண்டதேயில்லை. சால மரங்களால் நிறைந்த காட்டுப் பகுதி. மரம் வெட்டுபவர்கள், காட்டுக்குள் நுழைந்தார்கள். புலியின் வாயில் அகப்பட்டு அவர்களில் பலரும் மடிந்து போவதுண்டு. இங்கிருந்து நான்கு மைல்கள் தொலைவில் ஸாரேந்தா கணவாய்! இருபது இருபத்தைந்து வருடங்களுக்கு முன்பு, அந்த இடத்தில் பயங்கரமான, பிரம்மாண்டமான யானையோடு பி.என்.ஆர் இன் ஒரு ரயில் மோதி, அந்த யானை படுகாயம் அடைந்து பின்னர் இறந்துவிட்டது என்று கேள்விப்பட்டிருக்கிறேன்.

நாங்கள் சென்றுகொண்டிருக்கும்போது, ஆங்காங்கே வெட்டிய மரங்களைச் சுமந்து மாட்டு வண்டிகள் வரிசையாகச் சென்றன. இன்னும் கொஞ்சம் பயணம் செய்ததும் பாதையின் ஓரத்தில் மூன்று மயில்கள் – காட்டிலிருந்து வெளிப்பட்டு கார்கள் செல்லும் பாதைக்கு வந்துவிட்டிருந்தன. எங்களைப் பார்த்தோ ஓடிக்கொண்டிருக்கும் காரைக் கண்டோ அவை பயந்து விலகிச் செல்லவில்லை. பயமே இல்லை. வழியில் காரோ நதியைக் கடந்து ஷலாயி பங்களாவிற்கு வந்து சேர்ந்தோம். சிறிது நேரம் ஓய்வு எடுத்துக்கொண்டு, தேநீர் அருந்திவிட்டுச் சந்தியாக் காலம் நெருங்கும் சமயத்தில் வெளியில் சுற்றி விட்டு வரலாம் என்று கிளம்பினோம்! ஓரிடத்தில் ஒரு கால்வாய்! அதன் மீது ஒரு ரயில்வே பாலம். சிறிய ரயில்வே லைன்! நிலக்கரிச் சுரங்கம் எங்கோ அருகில் இருக்க வேண்டும். அந்தச் சுரங்கத்திற்குச் சொந்தமான, ஏதோ ஒரு பிரைவேட் ரயில் லைன்ஆக இருக்க வேண்டும். அந்தக் குறுகிய ரயில் பாதைமீது இருவரும் உட்கார்ந்து கொண்டோம். எவ்வளவு அழகிய காட்சி! இருபக்கத்திலும் லைன் வெகு உயரம்வரை... உயரமான சுற்றுச்சுவர்போல் சுற்றிச் சென்றது. காட்டிலிருந்த ஒவ்வொரு கிளையிலும், இலைகளிலும் மின்மினிப் பூச்சிகள் தொங்கி ஊஞ்சலாடிக் கொண்டிருந்தன. வானத்து விண்மீன்களோ? நாங்கள் இருவரும் எங்களை மறந்து தெய்வத்தை நினைத்துப் பிரார்த்தித்தோம்.

இரவு கழிந்துகொண்டிருக்கிறது என்பதை உணர்ந்த மிஸ்டர் சிங் “சரி... நேரமாயிற்று. கிளம்பலாம்” என்றார். எனக்கு எழுந்திருக்க மனமில்லை. “இரவு முழுவதும் இங்கேயே படுத்துக் கிடக்கலாமே...” என்றேன்.

“இந்தக் காட்டுக்குள் நிறையக் காட்டு யானை, ஹாய்னா புலி, மனிதனைச் சாப்பிடும் புலி எல்லாம் இருக்கிறது தெரியுமா? மூன்று நான்கு தினங்களாக மைனிங் கம்பெனியில் வேலை செய்யும் சில கூலியாட்கள், இங்கே வேலை செய்து கொண்டிருந்தார்கள். அந்த மூன்று பேரையுமே புலி இழுத்துக் கொண்டு போய் விட்டதாம்! அதனால் சில தினங்களாக இங்கே வேலை நின்று போயிருக்கிறது” என்றார் மிஸ்டர் சிங்.

இதைக் கேட்டதும் உடலில் மயிர்க் கூச்சல் எடுத்தது. அதற்கு மேலும் அங்கே படுத்துக் கிடக்க மனம் துணியவில்லை. நதிக்கரை ஓரமாக வந்துகொண்டிருந்தோம். நதிக்கரையின் ஈர மணலில் யானையின் பாதச் சுவடு பதிந்திருந்ததை மிஸ்டர் சிங் எனக்குச் சுட்டிக் காட்டினார். ஹாய்னாவின் காலடியும் பக்கத்திலேயே பல இடங்களில் பதிந்து கிடந்ததைக் கண்டதும் பயந்து, பதறிப் போனேன். இவ்வளவு அற்புதமான அழகும் அமைதியும் நிறைந்த கானகத்தினுள்ளே, எவ்வளவு பயங்கரமான, மரணத்தின் நிழல்! ஏன்?

மறுநாள் காரில் ஏறிக்கொண்டு திரும்பவும் பயணப்பட்டோம். பாதையில் ஓரிடத்தில் உயரமான ஸ்தம்பம் ஒன்று தெரிந்தது. அதற்குக் கீழ் காரை நிறுத்திவிட்டு ஸ்தம்பத்தின் மீது ஏறினோம். மலைத்தொடர்கள் மாலை போலச் சூழ்ந்து கிடந்த நிலப்பகுதியின் நடுவில் ஒரு குன்று போன்ற இடத்தில் அந்த ஸ்தம்பம் இருந்தது. மேலேறிச் செல்லப் படிகள் இருந்தன. படிகள் வழியாக இருவரும் ஏறினோம். மேலே இருந்தபடி எட்டிய தூரம்வரை கண்களைப் பரவவிட்டோம். மிக உயரமான மலைச் சிகரங்களின் வரிசை! “ஷஷாங் தோரூரு மலைச் சிகரம்... மூவாயிரம் அடி உயரம்” என்றார் மிஸ்டர் சிங். உட்கார்ந்தபடி பார்த்துக்கொண்டே இருந்தோம்... நான் எங்கே இருந்தேன்... இன்று எங்கே வந்திருக்கிறேன்? என்று என் மனம் எண்ணிப் பார்த்தது. எத்தனை அழகு நிறைந்த பிரதேசம்! உண்மையிலேயே என் கண்ணால் பார்க்கிறேனா? இல்லை, கனவா?

மெல்ல நிலவு வானில் எழுந்தது. விண்மீன்கள் நிலவைச் சுற்றிச் சுற்றி வந்து கண்களைச் சிமிட்டின. இந்தப் பிரம்

மாண்டமான, மகத்தான மகா பிரபஞ்சத்தின் சக்தியை நினைத்த போது, மனத்தின் எங்கோ ஒரு மூலையில் பயம் எழுந்தது. கீழே இரும்பாலான சுற்றுச் சுவரைப் போன்ற மலைத்தொடர் மலைப் பாம்பைப் போலப் படுத்துக் கிடந்தது! அடர்த்தியான கறுத்த கானகம் . . . தலைக்கு மேலே வானம் என்னும் கூரை யில் சூரிய – சந்திர – கிரஹ நட்சத்திரங்கள்! மகா சிற்பியின் இந்தச் சிருஷ்டியின் அபூர்வமான செளந்தர்யத்தை, பிரம் மாண்டத்தை அபூர்வமான அழகைக் காணக் கூடிய செளந் தர்யத்தை என் பாபுலுவுக்குக் கொடுத்தருள்வாய் தெய்வமே! உன் பாபுலுவுக்குக் கொடுத்தருள்வாய் தெய்வமே! என்று மனத்திற்குள் பிரார்த்தித்துக்கொண்டேன்.

சந்தை

மடுவுக்குப் பக்கத்தில் பொட்டல் விளைந்திருந்த நிலம். (பொட்டல் என்பது கோவைக்காய் போன்ற ஒரு காய்கறி) கிழவன், கூடோன் மண்டல் வேலியால் சூழப்பட்ட வயலில் உட்கார்ந்து, பொட்டலைப் பறித்துக் கூடையில் போட்டுக் கொண்டிருந்தான். வயலுக்குக் கீழ்ப் பகுதியில் நின்றுகொண்டிருந்த மணவன் ஹாரான் மாஜி மடுவின் ஜலத்தில் வலையை வீசிவிட்டு உட்கார்ந்து கொண்டிருந்தான். இன்று வானத்தில் மேகங்கள் சூழ்ந்து கிடக்கின்றன. மழை வரும், வராது என்ற சந்தேகத்திற்கிடையே, இரண்டு தினங்கள் முழுவதும் மழை கொட்டோ கொட்டு என்று கொட்டித் தீர்த்து விட்டது. நிற்கவே இல்லை.

ஹாரான், கிழவனிடம் "ஏ! கூடான்! கொஞ்சம் பொவையிலை குடு" என்றான்.

"நீ இறங்கி வா அங்கருந்து. இந்தப் பக்கம் வா." ஒரு பாப்லா மரத்தடியில் உட்கார்ந்து இருவருமாகப் புகையிலையை மென்றுகொண்டிருந்தார்கள். இருவருமே தண்ணீரில் நனைந்திருந்தனர். ஆனாலும் அது பற்றி இருவருமே கவலைப்படவில்லை. வசதி படைத்த மனிதர்களாக இருந்தால் வீட்டிற்குள் உட்கார்ந்திருக்கலாம். தண்ணீரில் நனையாமல் வயலில் எப்படி வேலை செய்ய முடியும்? தண்ணீரில் மீன் எப்படிப் பிடிக்க முடியும்? இதனால் அவர்களுக்கு இந்த உடம்புக்கு எதுவும் வந்து விடாது என்பதும் தெரியும். வெயிலிலும் தண்ணீரிலும் உடம்பு காய்ச்சிப் போய்விட்டது. வசதி படைத்த மனிதர்களாக இருந்தால் இப்படி நனைந்தால், நிமோனியாகூட வந்துவிடும்.

"என்ன சந்தைக்குப் போகப் போறியா?" என்று கேட்டான் ஹாரான்."

“போகணும் . . . ரெண்டு கூடைக் காய்கறி அறுத்து எடுத்துக்கிட்டுப் போக வேண்டாமா?”

“எந்தச் சந்தைக்குப்போவே? புதுச் சந்தைக்கா?”

“அங்கதான் . . . பழைய சந்தைக்கு இப்பல்லாம் யாரும் வரதில்ல. காய்கறி அறுத்துக்கிட்டு வரமாட்டேங்காங்க!”

“பொட்டல் மணங்கு என்ன விலை?”

“அதெப்படிச் சொல்ல முடியும்? வாங்க வர்றவங்க எத்தனை வெலை குடுக்குறாங்களோ . . . அதான்.”

“மீன்?”

“ஒன்பது நாலணா!”

“இருவருக்கும் மகிழ்ச்சியாக இருந்தது. இப்ப, பொட்டல், மீன் எல்லா வெலையும், ரெண்டு மாசமா ஏறிப் போயிட்டு.”

இருவர் கையிலுமே கொஞ்சம் காசு சேர்ந்திருந்தது. கூடோன் மண்டலின் நிலைமை, பண வசதி, ஹாரான் மாஜியைவிட நன்றாகவே இருந்தது. விவசாய நிலம் ஏழு பீகா நெலத்தில் பொட்டல் விவசாயம் செய்தது போக, பத்து பீகா வாழைத்தோட்டம் இருந்தது. ஒரு சிறிய படகை வைத்துக் கொண்டு, ஹாரான் ஒரு மாதத்தில் எத்தனை மீன் பிடித்துவிட முடியும்?

கூடோன் வீட்டுக்குத் திரும்பி வந்து சாப்பிட்டான். அதற்குப் பிறகு பொட்டல் நிறைந்த கூடையைத் தலையில் எடுத்துவைத்துக்கொண்டு

“சோறுகூட என்ன சாப்பிட்ட நெனைவிருக்குதா? கிச்சடி, பூசணிக்காய்ப் பொரியல், பொட்டல் வறுவல் . . . கசகசா அரைச்சுவிட்டு வடை . .!”

“ஆமாம் . . . எனக்கு நினைவில இருக்குது . . . கத்திரிக்காய்ப் புளிக்கூட்டுக்கூட இருந்திச்சு . . .”

வண்டியில் இருந்தவர்கள் இளைஞர்கள். இந்த இரண்டு கிழவர்களும் பேசிக் கொண்டிருந்ததைக் கேட்டு, வயிறு குலுங்கச் சிரித்தார்கள். அவர்களில் ஹாஸ்ராத் என்ற இளைஞனை அதட்டினான் கூடோன் . . . “என்னப்பா சிரிச்சே செத்துப் போயிடுவே போல . . . நீங்கள்ளாம் அப்ப எங்க இருந்தீங்களோ? ஒங்களுக்கெல்லாம் என்னா தெரியப் போகுது?” என்றான்.

அந்த இளைஞன் “அப்போ பொட்டல் விலை என்னவா இருந்திச்சு தாத்தா?” என்று கேட்டான்.

“ஒரு பைசாவுக்கு ஒரு சேர். சில சமயம் ஒரு பைசாவுக்கு ரெண்டு சேர்.”

“ரெண்டா?.. அப்ப யாரிட்டயும் காசு இருக்கலயா?”

“என்னப்பா ... ரொம்பச் சிரிக்காதே... அப்பல்லாம் ஒரு கூடைப் பொட்டல் வித்தா, ஒரு ரூவா அஞ்சு காலணா கெடைக்கும். ஆனா இப்ப பதினாறு ரூவா பதினேழு ரூவா... ஆனா அப்போ இருந்த சுகம், நிம்மதி அன்பு எல்லாம் இப்ப இல்ல. ஒரு கூடைப் பொட்டல் வித்தாலும் இப்ப ஒரு புடவை கூட வாங்க முடியாது.

“அடடா! ஒரேய்யடியா மேகம் கவிஞ்சிக்கிட்டு வருதே. அதப் பாரு... பத்ம ஏரிக்கு அப்பால என்ன கறுப்பு மேகம்!”

ஒருவன் சொன்னான் “தாத்தா! அப்போ, அந்தக் காலத் தில இந்த, பத்ம ஏரிக் கரையில மேட்டில உட்கார்ந்துக்கிட்டு, நெலா வெளிச்சத்தில எங்க பெரியப்பா ஒரு கூடை நெறைய மீன் பிடிச்சிருக்காரு...”

மற்றவர்கள் “ஹூங் ...” என்றார்கள்.

நிதாயி கிழவன் – ஹூங் – அப்படின்னு சொல்ல வேணாம். அந்தக் காலத்தில் ஏரியில அப்படி மீன் கெடைச்சிது. எனக்கே ஒரு சமயம் இத்தனை பெரிய பூண்டி மீன் கெடைச்சிது. கரையில இருந்த புதரிலேருந்து கெடைச்சிது! என்ன முழிக்கி றீங்க? தண்ணியிலேருந்து துள்ளிக் குதிச்ச மீன் பொதருக்குள் ளாற மாட்டி துடிச்சிக்கிட்டு இருந்திச்சு... ‘லபக்’குன்னு பாய்ஞ்சு பிடிச்சு எடுத்து வந்தேன். ஒரு சேர் அஞ்சு ‘போயா’ எடை இருந்திச்சுது...” என்றான்.

குளத்திலும் மடுவிலும்... தவளை குரல் கொடுத்துக் கொண்டிருந்ததைக் கவனித்த ஒருவன், “இன்னைக்கு ராத்திரி வெள்ளம் வரப்போவுது... தவளை கத்துது கவனிச்சியா?” என்றான்.

ஹரிபத மைய்தி – கண்ணப் போடாத. மழை இல்லாட்டி, ஆமன் நெல் வளராது. தண்ணி வரட்டும்... தண்ணி இல்லாம நெல் பயிர் வைக்கோலாகிப் போயிட்டு. இந்த ரெண்டு நாளா, என்ன மழை, ஆனா எல்லாத்தையும் காய்ஞ்சு வறண்டு கெடக்கும் பூமி இழுத்துக்கிடும்... பெரிய வெள்ளம் ரொம்பத் தேவைதான். தூறல் போட்டா காலணாக் காசுக்குப் பிரயோசன மில்ல.

சந்தைக்குப் புறப்பட்டான். இந்தப் புதுச் சந்தை ஐந்தாறு மாதங்களாகத்தான் கூடுகிறது. ரசூல்பூரின், அப்துல் காலேக்

மிஞ்ஞா ஜமீன்தார். கடந்த மார்கழி மாதத்திலிருந்து இந்தச் சந்தை கூடுவதற்கான ஏற்பாடுகள் செய்திருந்தார். ஜிட்கிபோத்தா வின் பழைய சந்தையில் இப்போதெல்லாம் ஜனங்கள் வருவ தில்லை. புதிய சந்தையில் பிச்சைக்காரர்களின் தொந்தரவு கிடையாது. கல்கத்தாவின் மொத்தமாக வாங்கி விற்கும் வியாபாரிகள் இங்கே அதிகமாக வந்தார்கள். விலையும் அதிகமாகக் கொடுத்தார்கள்.

சந்தையில் தன் இடத்தில் போய் உட்கார்ந்து கொண்டான் கூடான். பொட்டல் விலை முன்பு ஒரு சேர் விலை இரண்டணா வாக இருந்தது. கல்கத்தா, ராணாகாட் போன்ற இடங்களி லிருந்து வியாபாரிகள், சாதாரண மக்கள் இங்கே வர ஆரம் பித்த பிறகு விலை சட்டென்று ஏறிவிட்டது. பத்துப் பைசா வாகிவிட்டது.

கூடோன் கையில் இருந்த எடைக்கல், தராசு இவற்றை இறக்கி வைத்துவிட்டு, புகையிலையைத் தட்டிச் சரிசெய்து ஹுக்காவைக் காற்று வரும் இடத்தில் வைத்தான். இதற்குள் ஒருவன் வந்து, "பொட்டல் என்ன விலை?" என்றான். கூடோன், மாற்றம் இல்லாத குரலில் "பன்னிரண்டு பைசா!" என்றான். "அதெப்படிப் பன்னிரண்டு பைசா! எல்லா இடத்திலயும் பத்துப் பைசா, உன்னிட்ட மட்டும் பன்னிரண்டு பைசாவா?"

"அப்போ, அந்த இடத்திலேயே போய் வாங்கிக்க."

"பொட்டல் நல்லா இருக்குமா?"

"கையால எடுத்துப் பாரு, அசல் 'பைஷாகி' லதா (கொடி)வின் பொட்டல். ஒண்ணக் கையில எடுத்துப் பாரேன். இதுக்கு விலை பன்னிரண்டு பைசா" கூடோன் மண்டல் நல்ல கெட்டிக்கார வியாபாரி. வாங்குகிறவன் என்ன சொல் வான், அதற்குப் பதிலாக என்ன சொல்லி அவனை மடக்க முடியும், என்ன பேச வேண்டும். என்பதெல்லாம் இந்த முப்பத்தி நான்கு வருடத்து அனுபவம். தன் பொருளைத் தானே விலையை அதிகமாக்கிச் சொல்ல வேண்டும். அதை உரத்த குரலில் புகழ்ந்து பேச வேண்டும். வாங்குகிறவன் பேரம் பேசுவான் பேரம் பேச அவனுக்கு உரிமை இருக்கிறது. வாங்குகிறவன் அப்போது பன்னிரண்டு பைசா விலையுள்ள பொட்டலைப் பற்றிக் கற்பனையில் மிக உயர்வாக நினைத்துக் கொள்வான். வியாபாரத்தில் இருந்த இந்தப் பெரிய ரகசியமான தத்துவத்தை, கூடோன் மண்டல் தன் வாழ்நாள் முழுவதும் கடைப்பிடித்து இந்தத் தீர்மானத்திற்கு வந்திருந்தான். பார்த்துக் கொண்டிருக்கும் போதே, வாங்குபவர்களின் கூட்டம் அவன் முன்னால் கூடிவிட்டது. ஒரு சேர் பொட்டலை யாரும் பத்துப் பைசா

கொடுத்து வாங்கவில்லை. கூடோன் மண்டல் தன் மனத்திற் குள் சிரித்துக்கொண்டான். "வாங்க ... வாங்க பன்னிரண்டு பைசா ... ரொம்ப நல்ல இளசான பொட்டல் ... பன்னி ரண்டு பைசாதான் ... வாங்க ..." என்று கூவினான்.

இப்படிக் கூவி வியாபாரம் செய்ததில், அரை மணங்கு பொட்டல் இருபது நிமிடத்திற்குள் விற்றுவிட்டது. சில்லறைக் காசுகள் ஏராளமாகப் பக்கத்தில் வந்து குவிந்தன. சேர் பத்துப் பைசா என்ற விலையில், பொட்டலை யாரும் இப்போது வாங்க மறுத்தார்கள். 'கூடோன் மண்டல்' அப்துல் ஷோபான் ஃபக்கீரிடமிருந்து ஒரு தார் பழுத்த ரஸ்தாளிப் பழத்தை வாங்கி, தன் கூடையில் வைத்துக் கொண்டான் – எத்தனை விலை ஓ! ஃபக்கீர்?" என்று கேட்டான்.

"என்ன கொடுக்க முடியுமோ குடு ... மூணு அணா குடேன்."

"பன்னிரண்டு வாழைப் பழத்துக்கு விலை மூணு அணாவா? ஒவ்வொரு வாழைப்பழம் ஒவ்வொரு அணாவா?"

அப்துல் ஃபக்கீரும் நல்ல, நாணயமான வியாபாரி. தன் வீட்டுத் தோட்டத்தில், எல்லா வகையான காய்கறிகளையும் உற்பத்திசெய்து, இந்தச் சந்தையில் விற்று ரெண்டு பைசா லாபம் சம்பாதித்தான்.

அவன் தொடர்பாக ஒரு கதை இந்தப் பகுதியில் பிரபல மாக இருந்தது. யாரோ ஒருவர், ரெண்டு எலுமிச்சம்பழம் வேண்டும் என்று கேட்டுக் கொண்டு, அப்துல் ஷோபானின் வீட்டுக்குப் போனார்.

"ஓ! ஃபக்கீர்! எலுமிச்சை இருக்குதா ஒன் வீட்டிலே!" இப்படி வந்து கேட்டால், எலுமிச்சையை நட்புடன் காசு வாங்கிக் கொள்ளாமல் கொடுக்கும்படியாக இருக்கும். வந்த வரின் வாயை மூட, மேற்கொண்டு அவன் எதுவும் கேட்காமல் இருக்க, அப்துல் ஃபக்கீர் "காசு கொடுத்தா எலுமிச்சை கெடைக் கும் ..." என்றான். அதுதான் அப்துல் ஃபக்கீர். அவன் எதோ போலச் சிரித்தபடியே, "இந்த மார்க்கெட்டுல என்ன சாமான் மலிவா கெடைக்குது கூடோன்? ஒனக்கே தெரியாதா? நீ உன் பொட்டலை என்ன வெலைக்குக் கொடுத்தே?"

இந்த ஃபக்கீருடன் வாக்குவாதம் செய்ய முடியாது. கடைசியில் பத்துப் பைசா கொடுக்கத்தான் வேண்டியிருந்தது.

மாலை ஐந்து மணிக்குள் சந்தையில் வியாபாரம் ஒரு முடிவுக்கு வந்துவிட்டது. விற்பனை எல்லாம் முடிந்து விட்டது.

கூடோன் அவனுடைய கிராமத்தைச் சேர்ந்த ஹரிபத மைத்தி யைக் கூப்பிட்டு "நீ எத்தினி கூடை வித்தே?" என்று கேட்டான்.

"ரெண்டு."

"நல்ல வியாபாரம்தான் ... நீ என்ன சொல்ற மருமவனே?"

"இப்பெல்லாம் சனங்க கையில எத்தினி பணங்காசு இருக்குது தெரியுமா?"

"அது என்னவோ நெசந்தான்."

"இதுக்கு முன்னால இப்பிடியெல்லாம் நாம பார்த்திருக்கி றோமோ மாமா? உனக்கு வயசு எம்பதாச்சு நீ சந்தையில வெயாபாரம் செய்ய ஆரம்பிச்ச போது நானெல்லாம் பொறக் கவே இல்ல."

"அது என்னவோ நெசந்தான்."

ஹரிபத சொன்னது பொய்யில்லை. கூடோன் யோசித்துப் பார்த்தான். உண்மையிலேயே ஹரிபத அப்போது பிறக்கவில்லை. அப்போதிலிருந்தே இவன் சந்தையில் காய்கறியை விற்க வந்து கொண்டிருந்தான். ஆனால் இந்தச் சந்தையில் இல்லை. ஜிகட்டாகிபோதாவின் பழைய சந்தையில்! இந்தப் புதுச் சந்தை போன மார்கழி மாசத்திலேருந்துதான் இங்க வந்திருக்குது.

கூடோன் இந்தக் கடந்த நாற்பது – நாற்பத்திரண்டு வருஷமா இந்த ஜிட்கிபோத்தாவின் சந்தைக்கு வந்து போய்க் கொண்டி ருக்கிறான். இந்தச் சந்தையுடன் தொடர்பான எத்தனையோ நிகழ்ச்சிகள், மனிதர்களைப் பற்றிய விஷயங்கள் அவன் மனத் தில் இருந்துகொண்டிருந்தன. அதில் ஒருவிதமான சுகம் இருந் தது. இந்தப் புதிய சந்தைக்கு வருவதில் எந்தவிதமான மகிழ்ச்சி யும் இல்லை. ஆனால் இங்கே வர ஆரம்பித்த பிறகு, கையில் காசு நிறைய கிடைக்கிறது. அது என்னவோ உண்மைதான். ஆனாலும் இங்கே மனத்தில் ஏதோ ஒருவிதமான வெறுமை நிலவியது. மனத்தில் அமைதி இல்லை. இந்தச் சந்தையுடன், சந்தைக்கு வரும் மனிதர்களுடன் அவனுக்கு எந்தவிதமான உறவும் எண்ணத் தொடர்புகளும் இல்லை.

இது பற்றி அவன் தினமும் நினைத்துப் பார்த்துக் கொண் டிருந்தான்.

ஜிட்கிபோத்தாவின் சந்தையை அவன் வெகு காலமாக, அறிவான். புதிய சந்தைக்கு வந்து பிறகு, ஜிட்கிபோத்தாவின் சந்தையில் ஒரு பெரிய அரச மரம் இருந்ததே, அது பற்றிய நினைவு அவனுக்கு வந்தது. அந்த மரத்தடியில் உட்கார்ந்து

தான் அவன் இந்த நாற்பத்திரண்டு வருடங்களாக, வியாபாரம் செய்துகொண்டிருந்தான். எத்தனையோ அறிமுகமான மனிதர்கள். அவர்களைப் பற்றிய நினைவுகள் மனத்தில் எழுந்தன. இவன் வருவதற்கு முன்பு அங்கே, அந்த இடத்தில் லஷ்மண் ஸர்தார், பீம் ஸர்தாரின் தந்தை வந்து உட்கார்ந்து கொண்டிருந்தான். அந்த லக்ஷ்மண் ஸர்தார் கத்தரிக்காய் வியாபாரம் செய்தான். அவனுடைய தந்தையின் வயதுக் கிழவன் இவன் கையைப் பிடித்து வாங்கல் – விற்றல் என்பதையெல்லாம் இவனுக்குச் சொல்லிக் கொடுத்துக் கொண்டிருந்தான். தினமும் தன் வண்டியில் சந்தைக்கு அழைத்து வருவான். இந்த லக்ஷமண் ஸர்தார் செத்துப்போன பிறகு அவனுடைய பிள்ளை பீம் சர்தார் சொன்னான் "அப்பா இருந்த இடத்தில் நீ உட்கார்ந்து வியாபாரம் செய் அண்ணா . . . நான் சந்தைக்கு வருவதை விட்டுவிட்டேன். கத்தரிக்காய், பொட்டல் வியாபாரம் செய்யிறது எனக்குச் சரிப்பட்டு வராது. நான் சணல் தொடர்பான வியாபாரம் செய்யத் தீர்மானித்திருக்கிறேன் . . . அது பத்தி யோசிச்சிக்கிட்டிருக்கிறேன்" என்றான்.

இரண்டு வருடங்கள் கழித்து, பீம் சர்தார் சணல் வியாபாரத்தைச் சரியாகச் செய்ய முடியாமல், நஷ்டப்பட்டு கத்தரிக்காய், பொட்டல் இவற்றை விற்று வியாபாரம் செய்யச் சந்தைக்குத் திரும்பி வந்தபோது. அரசமரத்தடியில், தனது இடத்தைக் கூடோன் மண்டல் ஸ்திரப்படுத்திக் கொண்டுவிட்டான்.

அதெல்லாம் நடந்து எத்தனையோ வருடங்களாகி விட்டன! எல்லாம் பழைய கதை.

புதிய சந்தைக்கு வந்த பிறகு, பழைய சந்தையின் அந்த அரச மரத்தடிக் கதைகள் திரும்பத் திரும்ப நினைவுக்கு வந்தன. அந்த இடம்தான் அவனுக்கு லக்ஷ்மீகரமான இடமாக, பிடித்த இடமாக இருந்தது. வாங்கல் – விற்றல் வியாபாரத்தில் காசு கிடைத்தது. வாழ்க்கையில் முன்னேறுவதற்கான அறிகுறி. அப்போது யுத்தம் நடந்துகொண்டிருந்தது. அந்த யுத்தக் காலத்தில் காய்கறிகள் விலை ஏகத்துக்கு ஏறிக் கிடந்தது. இவ்வளவு அதிக விலையில் ஒரு நாளும் பொட்டலை விற்றதில்லை. அவன் வாழ்நாளில் இவ்வளவு பணங்காசையும் அவன் ஒரு நாளும் கண்டதில்லை. கைநிறைய பணமாக இருந்தாலும் என்னமோ, எதுவுமே பிடிக்கவில்லை. பணங்காசுதான் வாழ்க்கையில் சுகத்தைக் கொடுக்குமா என்ன? இன்று எங்கே போனார்கள், அந்தப் பூஷண் அண்ணா? எங்கே போனார் கேஷ்ட மைய்ராவின் தந்தை ஹரி மைய்ரா? எங்கே போனான், சந்தைக்கு வரும் பாஞ்சூ நிகிரி?

பாஞ்ச் கடி நிகிரி ஒருநாளும் அவனிடம் வந்து வரி குடு என்று கேட்டதில்லை. "உன்னிட்ட நாலு பைசா வரி வாங்கி நான் என்ன செய்யப் போறேன், கூடோன்? அதுக்குப் பதிலா ஒரு சேர் பொட்டல் குடு. ரெண்டு கத்தரிக்காய் நாத்துக் குடு. இந்த வருஷம் அரை பீகா நெலத்துல கத்தரிக்கா போடலாமின்னு இருக்கேன். முக்தகேஷி கத்தரி இருக்குது இல்லையா?" என்றான் அவன்.

"இருக்குது. வெதை குடுக்கறேன் ... முள் இல்லாத கத்தரிக் காய் ... ஒவ்வொண்ணுலயும் ஒவ்வொரு சேர் ..."

"என்னப்பா சொல்லுறே நீ?"

"பாரேன், கண்ணாலயே பாரேன் ... உன் கண்ணாலயே பார்த்தா அவநம்பிக்கை வராது இல்ல?"

நேரமாகிக் கொண்டிருந்தது. அவனுடைய கிராமத்து ஜனங்கள் வண்டியில் கத்தரிக்காய், பொட்டல் இவற்றைக் கொண்டு வந்தார்கள். வண்டி காலியானதும் அதிலேயே எல்லோரும் ஏறிக்கொண்டு கிராமத்திற்குத் திரும்பிப் போவார்கள்.

காலால் நடந்து போவது முடியாத காரியம். ஹரிபத மைய்தி அவனைக் கூப்பிட வந்தான்.

"கூடோன்! வீட்டுக்குப் போக வேணாமா! வா ... வண்டி கௌம்பப்போகுது ... உன் கூடையைக் குடு வண்டிக்குள்ளாற தூக்கி வக்கிறேன்."

"வரேன், நீ கூடையைத் தூக்கி வையி – நா மேச்சோ ஹாட்டா சந்தைப் பக்கம் ஒரு நடை போயிட்டு வர்றேன்."

"ஏன் எதுக்கு? இன்னைக்கு மீன் வாங்க முடியாது உன்னால. போனா மீன் இரண்டரை ரூபா விக்குது சந்தை யில."

"ஓ! அப்ப நம்ம பொட்டல்தான் வெலை மலிவா இருக்கு தாக்கும். வரப் போற சந்தையில நாலணாவுக்குக் கொறைஞ்சு யாரும் விக்க முடியாது ... எல்லாரிட்டயும் சொல்லிவக் கிறேன்."

மாட்டு வண்டியில் அவனுடைய கிராமத்தைச் சேர்ந்த வர்கள் எட்டுப் பேர் ஏறினார்கள். எல்லோரும், ஒருவருக் கொருவர் எதேதோ பேசிக்கொண்டே போனார்கள். வெற்றிலை, பீடி இவற்றை ஒருவருக்கொருவர் பரிமாறிக் கொண்டார்கள். கூடோன் மண்டலுக்குச் சம வயதினராக யாரும் இல்லை அந்த வண்டியில். ஆனால் நிதாய் கோஷ் மட்டும்தான் கிட்டத்

தட்டச் சம வயதுக்காரன். அவன், கூடோனைவிடப் பத்து வயது சிறியவன். ஆனால் இரண்டு பேருமே இப்போது கிழவர்களாகத்தாம் இருந்தார்கள். கூடோன், நிதாயீயிடம் “நீ என்னதான் சொன்னாலும் ஜிட்கிபோத்தா சந்தையில் இருந்த சந்தோஷம் . . . அடடா! இங்க இல்லையே” என்றான்.

“நீ முப்பது வருஷம் அங்க, நான் நாற்பது நாற்பத்திரண்டு வருஷம் அங்கே சந்தைக்குப் போயிருக்கோம் அங்க மனசைச் சுண்டி இழுக்கும்.”

“அந்த முறை வெள்ளம் வந்திச்சு, பூஷண் அண்ணா கடையில ஒக்கார்ந்து சோறு சாப்பிட்டோமே . . . அது ஞாபகத் துக்கு வருது.”

“ஓ! அதெல்லாம் இன்னைக்கா நடந்திச்சு? பூஷண் அண்ணா செத்துப் போய் இன்னைக்கு . . . இப்போ . . . பத்து வருஷம் ஆகுது! நீ சொல்லுறது இருபது வருஷத்துக்கு முந்தின கதை.”

சந்தியாக் காலம் ஆகிவிட்டது. இருள் கவிந்து வந்தது. மழைக் காலத்து மாலை நேரத்தின் இருட்டில் மின்மினிப் பூச்சிகள் புதர்களில், மரக்கிளைகள் சர விளக்குகளைப் போலத் தொங்கி ஊஞ்சலாடின.

கேண்ட்கோல் மலர்களின் கடுமை நிறைந்த வாசனை காற்றில் பரவி நிறைந்தது!

அவர்கள் கிராமத்துக்குள் போய்ச் சேர்ந்துவிட்டார்கள். அவரவர் வீட்டுக்குத் திரும்பிப் போனார்கள்!

பாசம்

சீதாநாத், இன்று இரண்டு மாதங்களுக்குப் பிறகு வீடு திரும்பிப் போய்க்கொண்டிருக்கிறான். ரயில் கிளம் பியதுமே ஆனந்தம் தாங்காமல் அவன் வாய்விட்டுப் பாட ஆரம்பித்தான். ராக ஆலாபனைசெய்ய ஆரம்பித் தான். ஆனால் அடுத்த கணமே இன்றைக்கே ஊர் போய்ச் சேர்ந்து குழந்தையைப் பார்க்க முடியுமா என்ற சந்தேகம் வந்தது. அடேயப்பா! இன்று இரவு முழுவதும் ரயிலிலேயே உட்கார்ந்திருக்க வேண்டும். இந்த இரண்டு மாதங்களாகக் குழந்தையை விட்டுப் பிரிந்து அவனால் எப்படி இருக்க முடிந்தது என்பது அவனுக்கு மட்டும்தான் தெரியும். அவன் ஊரிலிருந்து புறப்பட்டபோது, அவனுடைய இரண்டரை வயது குழந்தை பிட்டூ அவன் வேஷ்டியின் நுனியைப் பிடித்துக் கொண்டு, "அப்பா! நானும் உன்கூட வர்றேன்" என்று கெஞ்சினான். ஸ்டேஷன் வீட்டுக்குப் பக்கத்தில்தான் இருந்தது.

"நீயும் வர்றியா? அப்ப உன் அம்மா அழுவாங்களே!"

"நாளைக்கு ஒன்பது மணி வண்டியில திரும்பி வந்திடறேன்."

எந்த ரயில், எத்தனை மணிக்கு அந்த ஸ்டேஷனில் நின்றுவிட்டுப் போனாலும் அது, 'ஒன்பது மணி வண்டி' என்றுதான் குழந்தை சொல்வான்.

"அப்பா! நீயும் ஒன்பது மணி வண்டியிலதான் போறியா?"

"ஆமாம்."

"நான் நாளைக்கு வருவேன்."

“உன் அம்மாக்கிட்ட யார் இருக்குறது?”

“நாளைக்குத் திரும்பி வருவேன்.”

அவனுடைய தாயும் அவனுக்குப் புரிகிறாற்போல

“குழந்தே! நீயும் அப்பாக்கூடப் போயிட்டா நான் யார் கூட இருப்பேன்? என்று கேட்டாள்.”

“நாளைக்குத் திரும்பி வருவேன்.”

“இல்ல. என்னால இருக்க முடியாது.”

“ஒனக்காக அரிசிப்பொரி வாங்கிட்டு வர்றேன்.”

இவன் கிளம்புகிற தினத்தன்று காலையிலிருந்தே குழந்தை தவிப்புடன் தாயிடம் “அம்மா எனக்குச் சட்டை குடு” என்று நச்சரிக்க ஆரம்பித்தான்.

“எதுக்கு?”

“அப்பா கூட நானும் போகப் போறேன்.”

“எங்க போகப் போறே?”

“கல்கத்தா.”

“எப்ப திரும்பி வரப்போறே?

“நாளைக்கு.”

என்ன சொல்லியும் தாயின் பேச்சைக் கேட்க மறுத்து விட்டான் சிறுவன். சட்டை ஒன்றை அணிந்து கொண்டு தந்தையுடன் ரயில்வே ஸ்டேஷனுக்கு வந்து விட்டான். வண்டி வரும்போது தந்தையின் சட்டையைக் கெட்டியாகப் பிடித்துக் கொண்டான். என்ஜின் பெரும் இரைச்சலுடன் பிளாட்பாரத் திற்குள் நுழைந்ததுமே அவன் அப்பாவின் சட்டையை இன்னும் கெட்டியாகப் பிடித்துக்கொண்டான். என்ஜினிடம் இருந்த பயம் பாதி, தன்னை விட்டுவிட்டு, அப்பா கிளம்பிப் போய் விடப் போகிறாரே என்ற பயம் பாதி. இப்போது திக்குத்திசை புரியாமல் அவன், “அப்பா நானும் வருவேன். ஒன்பது மணி வண்டியில வருவேன் . . . நானும் உன்கூட வருவேன்” என்று புலம்பினான்.

வண்டி விசில் ஊதியது. சீதாநாத் எத்தனையோ புரியும் படியாகச் சொல்லியும், சிறுவன் அழுகை கலந்த குரலில், “அப்பா நானும் உன்னோட வருவேன் ஒன்பது மணி வண்டி யில வருவேன்” என்பதையே திரும்பத் திரும்பச் சொல்லிக்கொண் டிருந்தான்.

இதைப் பார்த்த ரயில் பயணிகளும் பிளாட்பாரத்தில் இருந்த ஜனங்களும் சிரிக்க ஆரம்பித்தார்கள். சீதாநாத் பலவந்தமாகத் தன் கையை விடுவித்துக் கொண்டு, குழந் தையை அவன் பெரியப்பா பெண்ணின் கையில் தூக்கிக் கொடுத்துவிட்டு, ஓடிப்போய் வண்டியில் ஏறிக்கொண்டான். வண்டி மெல்ல மெல்ல ஸ்டேஷனிலிருந்து கிளம்பியது. சிறுவன் கலங்கிப்போனவனாகிப் பெரிதாக அலறி அழுது அமர்க்களம் செய்துகொண்டிருந்தான். "அப்பா, என்னையும் அழைச்சிட்டுப் போ. ஒன்பது மணி வண்டியில நானும் வர்றேன். என்னையும் அழைச்சிட்டுப் போ . . ."

வண்டியில் ஏறிக்கொண்ட சீதாநாத் சிறுவனைத் திரும்பிப் பார்த்தான். மெல்ல மெல்லச் சிறுவனின் உருவம் மறைந்து போயிற்று. ஸ்டேஷன் தொலைவில் சென்றுவிட்டது.

சீதாநாத்தின் கண்களில் கண்ணீர் ததும்பியது. வண்டியி லிருக்கும் சக பயணிகள் கவனித்துவிடப் போகிறார்களே என்னும் பயத்தில் வெளியில் பார்த்தபடி இருந்தான். யாரோ ஒருவர், "குழந்தை உங்க பிள்ளையா?" என்று கேட்டார்.

"ஆமாம்."

முன்பின் தெரியாத ஒருவரிடம் இது பற்றியெல்லாம் பேச அவனுக்கு இஷ்டமில்லை. அதுவுமில்லாமல் குழந்தையை விட்டுப் பிரிகிறோமே என்ற துக்கம் அவனுக்குத் தொண் டையை அடைத்துக் கொண்டுவந்தது. அவன் அவசரம் அவசர மாக ஜன்னலுக்கு வெளியே ஆகாயத்தில் தெரிந்த மேகங் களைக் கவனிக்க ஆரம்பித்தான். இல்லாவிடில் அவன் கண்ணீரை எல்லாரும் பார்த்துவிடுவார்களே. குழந்தையை விட்டு வருவதற்காக இத்தனை பெரிய ஆண்பிள்ளை அழுகி றானே என்று அவர்கள் நினைத்துவிட்டால். இவனுடைய மன வேதனை அவர்களுக்கு என்ன புரியப் போகிறது? குழந்தையை விட்டுப் பிரிந்திருக்க வேண்டுமே என்னும் வருத்தத்தில் நேற்று இரவு முழுதும் தூக்கமே இல்லாமல் போயிற்று என்னும் விஷயம் இவர்களுக்கெல்லாம் தெரியுமா? நேற்று, நாள் முழுவதும் அவன் குழந்தையைத் தன்னருகி லேயே இருத்திக் கொண்டான். குழந்தையும் அவனை விட்டு ஓரடிகூட இந்தப் பக்கம் அந்தப் பக்கம் நகரவில்லை. திரும்பத் திரும்ப, "அப்பா நாளைக்கு உன்னோட நானும் ஒன்பது மணி வண்டியில வருவேன். என்னையும் அழைச்சிட்டுப் போவேதானே?" என்று கேட்டுக் கொண்டிருந்தான்.

"ஏன்? நீ அம்மாகூட இரேன்."

"இல்ல. அப்ப நான் அழுவேன்."

"உன்னப் பார்க்காட்டி உங்கம்மா அழுவாங்களே."

"நாளைக்கு வருவேன்."

"ராத்திரி யாரிட்ட தூங்குவே?"

"உன்னிட்ட."

"என்ன சாப்பிடுவே?"

"அரிசிப் பொரி..."

இரண்டு மூன்று ஸ்டேஷன்கள் தாண்டிய பிறகுதான் சீதாநாத்தின் கண்ணீர் சற்றே குறைந்தது. இவனைப் பார்க்காமல் இந்த இரண்டு மாதமும் சிறுவன் எப்படி இருக்கப் போகிறான்? இவனும்தான் குழந்தையைப் பார்க்காமல் எப்படி இருப்பான்? வேலை சமயத்தில் லீவு கிடைக்காது. அவ்வளவு தொலைவிலிருந்து குழந்தையைப் பார்ப்பதற்கென்று சட்டென்று கிளம்பி வந்துவிடவும் முடியாது.

இந்த இரண்டு மாதங்களாக ஒவ்வொரு தினமும் ஒவ்வொரு நிமிடமும் அவன் குழந்தையைப் பற்றித்தான் நினைத்துக் கொண்டிருந்தான். ஒவ்வொரு சமயம் தன் கையாலாகாத்தனத்தை எண்ணிக் கலக்கமாக இருக்கும். கையில் இருக்கும் பேனாவைத் தூக்கிப் போட்டுவிட்டு, கண்ணீரை அடக்கிக் கொண்டு அவன் அறைக்கு வெளியே போய் நின்றுகொண்டிருப்பான். ஒருநாள் வேதனை தாங்காமல் அவன் தொண்டையிலிருந்து "ஊங்..." என்ற ஒலி வெளிப்பட்டது. பக்கத்தில் நளினி வேறு உட்கார்ந்திருந்தாள். அவள் அவன் பக்கம் திரும்பிப் பார்த்து, "என்ன ஆயிற்று?" என்று கேட்டாள்.

"வயித்தில ரொம்ப வலி... அதான்."

"வயித்திலயா? என்ன சாப்பிட்டீங்க?"

"இலீஷ் மீன்."

"நரேஷ் பாபுக்கிட்டிருந்து ஹோமியோபதி மருந்து ஒரு டோஸ் வாங்கிச் சாப்பிட்டு வாங்க. ரொம்பக் கஷ்டமாக இருக்குதா?"

"இப்ப கொஞ்சம் குறைஞ்சிடிச்சு."

பெரிய கஷ்டம்தான். நான்கு பேர் மத்தியில் உட்கார்ந்து கொண்டு எதையும் நினைத்துக்கூடப் பார்க்க முடியவில்லையே. குழந்தையைப் பற்றி இவர்களிடம் சொல்லிப் பயனில்லை.

இவர்களுக்கு என்ன புரியப் போகிறது, அவன் மனத்தின் அந்தரங்கத்தினுள் இருக்கும் வேதனை ... இவர்கள் சிரிப்பார்கள் ... வேறென்ன செய்யப் போகிறார்கள்?

குழந்தை ஏன் அத்தனை பிரியம் தன் மேல் வைத்திருக்கிறான்? அவன் சம வயதுக் குழந்தைகள் எத்தனைபேர் இருக்கிறார்கள். அவர்களுடன் விளையாடும் போது, "அப்பா நீயும் விளையாட வாயேன்" என்பான்.

"நீங்கள்ளாம் வெளையாடுங்க."

"இல்லப்பா நீயும் வா வெளையாடலாம்."

இவனுடைய வேஷ்டியைப் பிடித்து இழுத்துக்கொண்டு போய் மற்ற சிறுவர்களுடன் நிறுத்திவிட்டுத்தான் மறுவேலை பார்ப்பான். சாப்பிடுகையில் அப்பா ஊட்டிவிட்டுத்தான் சாப்பிடுவான். எங்கேயும் போக விடமாட்டான். சட்டை போட்டுக்கொண்டாலே சிரித்துக்கொண்டே, "அப்பா! வெளியில போறியா? என்னையும் அழைச்சிட்டுப் போறியா?" என்று கேட்பான்.

"சரி ... வா ..."

"என்னைக் கோவிச்சிக்க மாட்டியே?"

ஒருமுறை குழந்தையை அழைத்துக்கொண்டு வெளியில் போனபோது ஏதோ காரணத்திற்காகக் கோபித்துக்கொண்டு அவன் முதுகில் ஒரு அடி வைத்தான்.

குழந்தை அதையே மனத்தில் வைத்துக்கொண்டு, எப்போது தந்தையுடன் வெளியில் கிளம்பினாலும், "என்னைக் கோவிச்சிக்க மாட்டியே?" என்று கேட்பான்.

"இல்ல, கோவிச்சிக்க மாட்டேன் வா போகலாம்."

"எனக்கு அரிசிப் பொரி வாங்கித் தருவியா?"

"தருவேன்."

"ஒரு பைசாவுக்கு வாங்கித் தருவியா?"

"நீ எனக்கு என்ன வாங்கித் தருவாய்?"

"ஒரு பைசாவுக்குப் பொரி வாங்கித் தருவேன். நாளைக்கு வாங்கித் தரேன்."

"சரி. அப்படியே."

வண்டி வெகு தொலைவு வந்துவிட்டது. ஆனால் பாரஹரோயாதான் வந்திருக்கிறது! வண்டி இனி நகராது போலிருக்

கிறது. தூங்க முயன்றான். சீதாநாத். கண்களை மூடிக்கொண்டாலே குழந்தை சிரித்த முகத்துடன் வந்துநின்றான். அவன் முகம் இப்போது தெளிவாக நினைவுக்கு வரவில்லை. குழந்தையின் முகத்தையே மறந்து விட்டானா? வண்டி எத்தனை மணிக்கு ஊர் போய்ச் சேரும்?

இன்று பதினைந்து இருபது நாட்களாக, கிராமத்திலிருந்து கடிதமே வரவில்லை. ஏன் இப்படி? இரண்டு மூன்று கடிதங்கள் இவன் எழுதிப் போட்டான். அதற்கும் பதில் இல்லை. இப்படி எப்போதுமே நடந்ததில்லையே!

அவன் இந்தச் சில நாட்களை சாஹேப் கஞ்ஜிலேயே தவித்தபடி கழித்தான். தினமும் நினைத்துப் பார்த்தான். தினமும் கணக்குப் போட்டுப் பார்த்தான். இன்னும் எத்தனை நாட்கள் இருக்கின்றன? இன்னும் ஏழு நாட்கள். இன்னும் ஆறு நாட்கள். இன்னும் ஐந்து நாட்கள். நாட்கள் நகரவே மறுத்தன.

ஒவ்வொரு நாளும் இத்தனை நீண்டதாக இருக்கிறதே ஏன்?

முன்பெல்லாம் பொழுது விடிந்த உடனேயே மாலை வந்துவிடுமே. அப்போதெல்லாம் ஒரு நாள் என்பது இவ்வளவு நீண்டதாக இருந்ததில்லையே! அதற்குப் பிறகு நேற்று இரவு அவன் படுக்கப் போனபோது எப்போது பொழுது விடியும், காலை மலரும் என்று மட்டுமே காத்துக் கொண்டிருந்ததைத் தவிர வேறு எதுவுமே அவன் செய்யவில்லை. தூக்கமே வரவில்லை. ஜன்னல் வழியாக எட்டிப் பார்த்ததுமே, தூக்கம் நன்றாகக் கலைந்து போயிற்று. ஒருமுறை எழுந்திருந்தான். அப்போது கடிகாரத்தில் இரண்டுமுறை மணி அடித்து ஓய்ந்தது. இன்னும் ஒருமுறை எழுந்தான். அதற்குச் சற்றைக்கெல்லாம் கடிகாரத்தில் மூன்று மணி அடித்தது. அப்போது ஜன்னல் வழியாக எட்டிப் பார்த்தான். அடேயப்பா! என்ன அழகான நிலவொளி. முதலில் நிலவொளி என்பது புரியவில்லை. காலை வந்துவிட்டது, விடிந்துவிட்டது என்று தான் நினைத்தான். அவன் வெகு நேரமாக எதிர்பார்த்துக் கொண்டிருந்த விடியற்காலை ... இன்று நான் என் குழந்தையைப் பார்க்கப் போகிறேன் என்று அவன் சொல்லக்கூடிய தினம். இல்லை ... அது இரவின் கடைப் பகுதியின் ஒளி. விடிவதற்கு இன்னும் அதிக நேரம் இருக்கிறது. சற்றைக்கெல்லாம் டங் டங் என்று நான்குமுறை அடித்து ஓய்ந்தது. இப்போது அவன் சற்றுத் தூங்குவான். இப்போது அவன் எழுந்து பொழுது விடிந்து விட்டதா என்று பார்ப்பான் ... இரண்டு மாதங்களாக அவன் ஒவ்வொரு நிமிடமும் காத்துக் கொண்டிருந்த, எதிர்பார்த்துக்

கொண்டிருந்த அந்தத் தினத்தின் காலை நேரம்... இந்தத் தினத்தின், இந்தக் காலை நேரம் வருமா, வருமா என்கிற நம்பிக்கையையே அவன் இழந்து விட்டிருந்த காலை நேரம். இந்தக் காலை நேரம், அவனுடைய ஆசையில் ஏழு சமுத்திரத் திற்கு அப்பால் அதன் கரையில்... ஒரு வடிவம் எடுத்துக் கொண்டு அவன் கண்முன் வந்துநின்றது... உண்மையிலேயே பறவைகளின் கலவரங்களோடு கூடிய அற்புதமான காலை நேரம்.

அதற்குப் பிறகு எத்தனையோ கஷ்டப்பட்டு விடிந்தது. காலை நேரம் வந்துவிட்டது.

இன்று அவன் குழந்தையைப் பார்க்கக் கிளம்பிப் போகப் போகிறான். பூமியின் மீது இவ்வளவு அற்புதமான காலை நேரம் வந்து இறங்கியிருக்கிறது. ரயில் எத்தனை தூரம் வந்திருக் கிறது? வண்டிக்குள் மிகவும் உஷ்ணமாக இருந்தது. தூக்கம் எப்படிவரும்? சீதாநாத் படுத்தபடியே, குழந்தைக்காக நைஹாட்டி யிலிருந்து மிட்டாய், பேரீச்சம்பழம் வாங்கிக் கொள்ளவேண்டும். ஏன்? ஒரு விளையாட்டுப் பொம்மையும் வாங்கிக் கொள்ள லாமே. ஒரு சட்டை, மனைவிக்காக ஒரு புடவை. எங்கே போய்விட்டு ஊர் திரும்பி வந்தாலும் குழந்தை, “அப்பா எங்க போயிருந்தே? என்று கேட்பான்.

“ஒரு இடத்துக்குப் போயிருந்தேன்.”

“எனக்காக என்ன வாங்கி வந்தே? பொரியா?”

நல்லது. அரிசிப் பொரி குழந்தைக்கு ரொம்பவும் பிடிக்கிறது. அதை எங்கிருந்து வாங்கிக் கொள்வது? ராணாகாட்டின் அரிசிப் பொரி நன்றாக இருக்கும். அங்கிருந்தே வாங்கிக் கொள்ளலாம்.

இன்னும் என்ன சாப்பாட்டு விஷயம் வாங்கிக் கொள்ள லாம்? குழந்தைக்காகக் கொஞ்சம் ரஸகுல்லா?

திரும்பவும் சீதாநாத் தூங்கிப் போனான். வண்டி நைஹாட்டி போய்ச் சேர்ந்துவிட்டது. ராணாகாட்டுக்குப் போகும் ரயில் வருவதற்கு இன்னும் நிறைய நேரம் இருந்தது. கை கால்களைக் கழுவிக்கொண்டு அவன் கொஞ்சம் தேநீர் அருந்தினான். பிறகு குழந்தைக்காகக் கொஞ்சம் சாமான்களைக் கடைத் தெருவில் வாங்கிக்கொண்டான். ரயில் ஒன்பது மணிக்கு வந்து சேர்ந்தது. உடனேயே அவன் ரயிலில் ஏறி உட்கார்ந்து கொண்டான். இந்த ரயில்கள் இப்போதெல்லாம் மெல்ல மெல்லத்தான் போகின்றன. சுதந்திரம் கிடைத்த பிறகே, எல்லாவற்றிலுமே ஒரு குழப்பம் இருந்துகொண்டிருக்கிறது.

முன்பெல்லாம் ரயில்கள் மிக வேகமாகச் செல்லும். ஏதாவது ஒரு ஸ்டேஷன் பெரிதாக இரக்கப்பட்டு, மனம் வைத்து நிற்கும். கிளம்ப மனம் வராது. சீக்கிரம் மணியை அடிக்கக் கூடாதா அய்யா? உங்களுக்கெல்லாம் அப்படி என்ன வேலை இருக்குது?

“கேக் வேணுமா? நல்ல கேக்? இதில வெண்ணை, முட்டை, திராட்சை, பாதாம் பிஸ்தா எல்லாமே இருக்குது. மார்க்கெட்டில இதுக்கு வெல இரண்டணா. எங்க கம்பெனி பிரச்சாரத்துக்காக ஒரு அணாவுக்குக் கொடுக்கிறோம், வீட்டில குழந்தைங்க இருந்தா வாங்கிட்டுப் போங்க. முதல்ல சாப்பிட்டுப் பாருங்க பிறகு பணம் குடுக்கலாம். தம்பிமாருங்களே, நல்ல கேக்! ப்ரதுல் கம்பெனியின் இங்கிலீஷ் கேக் . . .”

“ஏய் கேக்! இங்க வாப்பா. என்ன விலை? நல்லா இருக்குமில்லையா?”

“வாங்கிட்டுப் போங்கய்யா. இந்த வண்டியில ஒரு வருஷமா நான் கேக் வித்துக்கிட்டிருக்கேன். எல்லாருக்கும் என்னைத் தெரியும். ப்ரதுல் கம்பெனியின் கேக்குன்னா எல்லாருக்கும் தெரியும். நல்லா இல்லாட்டி ரயில்வே லைன் மேல விட்டெறிஞ்சிடுங்க. பணம் திருப்பிக் குடுப்பேன் . . .”

“சரி. நல்லது . . . நாலு குடு. பதினாலு பைசா தர்றேன்.”

குழந்தை இதை என்றைக்குமே சாப்பிட்டதில்லை. கிராமத்துக் குழந்தை. அவனுக்குத் தெரிந்த ஒரே உணவு அரிசிப் பொரிதான். ரொம்பவும் சந்தோஷப்படுவான். இது என்ன ஸ்டேஷன்? இன்னும் மதன்பூர் வரவில்லையா? இல்லை. இவங்களோட முடியவே இல்லை. என்ஜினில் இருந்த நெருப்பு அணைந்து போயிடிச்சா என்ன?

“ரா . . . ணா . . . கா . . . ட் . . . !”

அவன் அவசரம் அவசரமாக இறங்கினான். அந்த லைனில் வரும் வண்டி எவ்வளவு தாமதமாக வருகிறது. சரி. நல்லது . . . கொஞ்சம் முதல்ல, அரிசிப் பொரி – கிரி வாங்கிடலாம். வாழைப் பழம் விக்கிறாங்க. குழந்தைக்கு வாழைப்பழம் ரொம்பப் பிடிக்கும். ஒரு முறை குழந்தை, “அப்பா! எனக்கு ஒரு பைசா பணம் குடு” என்று கேட்டான்.

“எதுக்குப்பா?”

“நான் ஒனக்கு வாழைப் பழம் வாங்கித் தரப்போறேன்.”

அடேயப்பா! குழந்தே! ஒனக்குத் தெரியாது. இப்பல்லாம் ஒரு பைசாவுக்கு எந்தச் சாமானும் கிடைக்காதப்பா. நீ குழந்தை. கள்ளங்கபடமில்லாத குழந்தை ஒனக்கு இதெல்லாம் புரியாது.

பொரியும் வாழைப் பழமும் வாங்கினதில் பதின்மூன்று அரையணா செலவழிந்து போனது. அதுவும் குழந்தைக்காக நாலு பழுத்த வாழைப் பழங்கள். ஒரு வாழைப் பழம் ஐந்து பைசா விலையாகிறது.

டிக்கட் வாங்க வந்தபோது பெரிய பிரச்சினையாகி விட்டது. அவன் தலையின் மீதே வானம் இடிந்து விழுந்தது போலாயிற்று. வெள்ளம் காரணமாக, ஹரிநாராயண் பூரின் கீழ்ப்பகுதியில் 'கோதலா' நதியின் மீதிருந்த பாலம் உடைந்து போயிற்று. லைனுக்கு மேலே ஜலம் ஓடிக்கொண்டிருந்தது. ரயில் போக்குவரத்து மூன்று நாட்களுக்கு நிறுத்தி வைக்கப் பட்டது. எப்போது திரும்பவும் ஆரம்பிப்பார்கள் என்பதை யாராலும் சொல்ல முடியவில்லை. வெள்ளத்தில் பூமியே மூழ்கி விட்டதாம்.

பயங்கரம்தான்! சீதாநாத்துக்கு அழுகையே வந்துவிடும் போலாயிற்று. அவன் இப்போது என்ன செய்ய முடியும்? மூன்று நாட்களுக்கு அவன் எங்கே தங்கியிருப்பான்? சாஹேப் கஞ்ஜிக்கே திரும்பிப் போய் விடுவதா?

குழந்தைக்காக இத்தனை விஷயங்கள் வாங்கியிருக்கி றானே. பொரி, வாழைப் பழம், மிட்டாய் . . . இவையெல்லா வற்றையும் என்ன செய்வது?

திடீரென்று ஒரு மனிதனை அவன் சந்தித்தான். அந்த ஆள் 'சூர்ணி' நதியின் படகுத்துறையிலிருந்து படகு வாடகைக்குக் கிடைக்கும், இவன் இருக்கும் ஊருக்கு அழைத்துப் போகும் என்று சொன்னான். அவனே கோலா கூல் பேடே கிராமம்வரை போகிறானாம், சீதாநாத்தின் கிராமம் கூல் பேடேயிலிருந்து கோலா கூல் பேடே கிராமம் ஐந்து ஆறு குரோச தூரத்தில் தான் இருந்தது. ஒரு படகை வாடகைக்கு எடுத்துக்கொண் டால் கிராமத்திற்குப் போய் விடலாம்.

அவர்கள் இருவருமாகப் படகை வாடகைக்கு எடுத்துக் கொண்டார்கள். ஒன்பது மணிக்குப் படகுத்துறையை விட்டுக் கிளம்பியது. அவர்கள் கிராமம் இருந்த திசையில் வெள்ளத் தால் எந்தப் பாதிப்பும் இல்லை. ஹரி நாராயண் பூரின் கீழே பாலம், கோதலா நதி, பாங்கட் நதியின் வெள்ளத்தி னால் உடைந்து போய் விட்டதாம். எவ்வளவு சீக்கிரத்தில் கூல்பேடே கிராமத்திற்குப் போய்விட முடியும் என்று படகுக் காரனிடம் கேட்டார்கள்.

"அதை எப்படிச் சொல்ல முடியும் அய்யா? தண்ணி கதி எப்படியிருக்குமோ? மாலை நேரமானாலும் ஆகலாம்."

சூர்ணி நதியின் தண்ணீர்ப் பரப்பின் மீது பனித்திரை இறங்கியிருந்தது. ராணாகாட் டவுனுக்கப்பால் இரண்டு பக்கத்திலும் நிறைய வீடுகள், கிராமம். 'புரட்டாசி' மாதத்து நதியின் இரு கரையையும் தொட்டுக்கொண்டு நீர் பெருக்கெடுத்து ஓடியது. பாப்லர் மரத்தில் மஞ்சள் வண்ணத்தில் பூக்கள் பூத்துக் குலுங்கியது. காட்டுச் சேப்பங்கிழங்கின் நீண்ட நீண்ட பூக்கள் நீரின் இருகரையிலும் பூத்திருந்தது. நதியின் இரு கரையிலும் இருந்த பொன்னிற வயல்களில் செழித்து வளர்ந்திருந்த முதிர்ந்த நெற்கதிர்களை, குடியானவர்கள் அறுத்துக் கொண்டிருந்தார்கள். சீதாநாத் தன் வாழ்க்கையிலேயே முதன் முறையாகச் சூர்ணி நதியில் இந்தப் பகுதிக்கு வந்திருக்கிறான். அங்கங்கே கிராமத்துப் படித்துறையில், பெண்கள் குடங்களில் தண்ணீரை நிரப்பிக்கொண்டு ஈரமாகிப் போயிருந்த புடவைகள் சப்திக்க, கரைமீது ஏறிக்கொண்டிருந்தார்கள். பிறகு மூங்கில் காடுகளுக்குள் நுழைந்து கண்பார்வையிலிருந்து மறைந்து போனார்கள். அவனுக்கு மிகவும் பிடித்திருந்தது. கால்காசுந்திர் பூக்கள் நதியின் கரையில் ஓரிரு இடங்களில் நிறைந்து கிடந்தன. காஷ் பூக்கள் மழைக் காலத்துக் காற்றில் ஊஞ்சலாடிக் கொண்டிருந்தன. வெண்மையான காஷ் பூக்கள் காட்டுப் பகுதி நிறைந்த நதித் தீரத்தில், நதிக்கரையே வெண்மையான பற்களைக் காட்டிச் சிரிப்பது போலிருந்தது. வானம் நீலமாகிக் கிடந்தது. கழுகு கூக்குரலிட்டபடியே ஒரே பாய்ச்சலில் நதியில் பாய்ந்து சென்றுகொண்டிருந்த மீனைப் பிடித்துத் தூக்கிப் போயிற்று. மீனவர்கள் நதி நீருக்குள் இறங்கி வலைகளை விரித்துக்கொண்டிருந்தார்கள்.

அவன், "என்ன மீனை இவங்க பிடிக்கிறாங்க?" என்று கேட்டான்.

"சிங்டி . . ."

"படகு எங்கிருந்து?"

"ராணாகாட்டிலிருந்து . . ."

"எப்பப் போகும்?"

இம்முறை சீதாநாத்தைப் பேசவிடாமல் படகோட்டி அதட்டிய குரலில். "அது பத்தி நீ தெரிஞ்சிக்க வேண்டிய அவசியம் என்ன? எங்கியோ போகுது?"

அந்த மனிதன் இதை எதிர்பாராத தொனியில், "அடியம்மா, ஏதாவது கேட்டாலும் தப்பா?" என்றான்.

நேரமாகிக் கொண்டே வந்தது. மூங்கில் காட்டில் தங்க வேல் போன்ற புதிய மூங்கில் குருத்து நீல வானத்தில் நான்கு

திசைகளிலும் பரவிக் கிடந்தது. காட்டுத் தூந்தூல் மலரின் மஞ்சள் நிற இதழ்களின் மேல் பட்டாம்பூச்சிகள் நாட்டிய மாடிக் கொண்டிருந்தன. காட்டு அவரையின் நீலப் பூக்கள் புதரின் தலைப்பகுதியில் மலர்ந்து கிடந்தன. அனுகூலமாக இருந்த நதியின் ஓட்டத்தால் படகு மிக வேகமாகப் போய்க் கொண்டிருந்தது. படகோட்டிக்காக அவர்கள் ஒரு கிராமத்தி லிருந்து அரிசிப் பொரி கொஞ்சம் வாங்கினார்கள். பிறகு எல்லோருமாகப் பகிர்ந்து கொண்டார்கள்.

"படகோட்டி! 'கூல் பேடே' கிராமம் இன்னும் எத்தனை தூரம்?"

"இன்னும் நெறைய தொலைவு இருக்குதுங்க. 'பான் சிதே'க்குப் பிறகு பாவ்டே வரும். அதற்குப் பிறகு கூல்பேடே."

"மாலையாகி விடுமா?"

"மாலையாகி, ராத்திரியும் ஆகிடும்."

ஒரு கிராமத்திற்கு அருகில் ஒரு மரத்தில் 'மாக்கால்' கொடியின் பழம் பழுத்து மின்னியபடி ஆடிக்கொண்டிருந்தது. திடீரென்று அவனுக்கு மனத்தைப் பிசைந்தது. என்னவோ செய்தது. அவர்களுடைய கிராமத்தில் பழைய டுமூர் மரத்தில் மாக்கால் பழம் பழுத்துச் சிவந்து மின்னிக் கொண்டிருந்தது. அப்போது பிட்டூ இன்னும் குழந்தை. இவன் குழந்தையிடம், "இதோ பார் குழந்தை... எலுமிச்சை..."

குழந்தை உடனே, "எலுமிச்சி எனக்குத் தருவியா அப்பா?" என்று கேட்டான்.

"இரு பறிச்சித் தரேன்."

"சரி பறிச்சுக் குடு. நான் நாளைக்கு எலுமிச்சி போட்டுச் சோறு சாப்பிடுவேன்."

"சரி சாப்பிடு."

"என்னைக் கோவிச்சிக்க மாட்டியே?"

"மாட்டேன்."

"நாளைக்கும் எலுமிச்சி குடுப்பியா?"

"இப்பவே தரேன். அப்புறம் நாளைக்கு என்ன நாளைக்கு. இரு. ஒரு கம்பு கெடைக்க மாட்டேங்குது. உயரத்தில இருக்குது இல்லையா."

மனத்திற்குள் எதோ ஒருவிதமான நெகிழ்ச்சி உண்டாயிற்று. படகோட்டியிடம், "கொஞ்சம் மாக்கால் பழம் வாங்கிடணும். கொஞ்சம் படகை நிறுத்தப்பா படகோட்டி" என்றான்.

"எதுக்குங்க அய்யா?"

"ஒண்ணுமில்லை சும்மாத்தான். கொழந்தைங்க விளையாடுமே."

"இருங்க... இன்னும் கொஞ்சம் முன்னாடி போனா நெறைய்ய கெடைக்கும். இப்ப நேரமாயிடிச்சி. காட்டுப் பகுதியில நடுவில எறங்கக் கூடாது.

ஏதோ தவறு செய்து விட்டிருந்த குழந்தை அவனிடம் வந்து பயத்துடன், அவனுடைய கைக்கடிகாரத்தை ஆட்டிப் பார்த்துக் கொண்டிருந்தபோது அது குழந்தையின் கையிலிருந்து நழுவிக் கீழே விழுந்து விட்டது. அதற்காக அவனுடைய தாயிடம் திட்டு வாங்கினான். இவனிடம் வந்து "அப்பா! நா எதுவுமே செய்யல்ல, நான் நல்லவன்" என்று சொன்னது இப்போது நினைவுக்கு வந்தது.

"ரொம்ப நல்லது. நீ தப்புச் செய்யல இல்லயா? அப்போ யார் தப்புச் செய்தாங்க?"

"இல்ல... ரவி தப்புச் செய்வான், சந்தன் தப்புச் செய்வான். அப்பா! நா நல்ல பையன்."

"ரொம்ப ரொம்ப நல்லது, கடிகாரத்தை யாரு ஒடைச்சாங்க?"

"அம்மா."

"ஓ! அப்படியா?"

ஒருமுறை குழந்தைக்கு டைபாய்டு வந்துவிட்டது. ஜுரத்தின் காரணமாக, அவன் திரும்பத் திரும்ப "அப்பா எனக்கு ஒடம்பு சரியானதுமே, நல்ல எண்ணை வாங்கி வந்து உடம்பில நல்லா தேய்ச்சு நதித் தண்ணியில் குளிச்சிட்டு வரணும் அப்பா" என்று சொல்லிக்கொண்டிருந்தான்.

சீதாநாத்தின் இதயம் நடுங்கியது. நதியில் குளித்து விட்டு வரவேண்டும் என்கிறானே குழந்தை! ஏன்? இது ஏதாவது கெட்ட சகுனமா?

ஜுரத்தில் "அப்பா! அ...ப்பா..." என்று சதா சர்வதா கூப்பிட்டுக் கொண்டேயிருந்தான்.

"இதோ இருக்கேனடா கொழந்தை."

"அப்பா, என் பக்கத்தில் வந்து உட்காரு... எங்கேயும் போகாதே." பிறகு சற்றைக்கெல்லாம் தலையணையிலிருந்து முகத்தை நிமிர்த்தி, "அப்பா! நீ குளிச்சிட்டியா?" என்று கேட்பான்.

"ஆமாம்."

"படுத்துக்கிட்டே குளிச்சியா?"

"இல்ல... ஒக்கார்ந்துக்கிட்டிருக்கேன்."

"இருக்கட்டும். நான் தூங்கறேன்."

"சரி தூங்கு."

திடீரென்று எங்கிருந்தோ வந்த துர்நாற்றம் மூக்கைத் தாக்கியது. படகோட்டியும், கூட இருந்த பயணியும் மூக்கின் மீது துணியைப் போட்டு மூடிக் கொண்டனர். இது என்ன துர்நாற்றம்?

படகோட்டி எதுவும் பேசாமல் கைவிரலால் சுட்டிக் காட்டினான். கரையின் மேல் வளர்ந்திருந்த ஸில்க் காட்டன் மரத்தினடியின், வேர்களுக்கிடையில் ஒரு பிணம் அகப்பட்டுக் கொண்டிருந்தது. கால்கள் இரண்டும் வானத்தை நோக்கியிருந்தன. முழங்கால்கள் மடித்த நிலையில் இருந்ததைப் பார்த்தபோது, ஏதோ மதிய உணவிற்குப் பிறகு யாரோ மல்லாக்கப் படுத்துக் கொண்டு ஓய்வு எடுத்துக் கொண்டிருக்கிறார்களோ என்று நினைக்கத் தோன்றியது. ஓர் அகலமான புல்லின் நுனி அந்தப் பிணத்தினுடைய வெண்மை பாசி படர்ந்திருந்த, 'ஆ'வென்று பிளந்திருந்த வாயின் நுனியில் ஒட்டிக்கொண்டிருந்தது. பிணம் கிடந்த இடத்திற்கு மேல் பகுதியில் கரையின் மீது ஸில்க் காட்டன் மரத்தின் கிளையில் ஒரு கோட்டான் உட்கார்ந் திருந்தது.

அவன் மனம் திடுக்கிட்டுப் போயிற்று. இது பெரிய கெட்ட சகுனமாயிற்றே. எதற்காக இதை அவன் பார்த்தான். இந்த இருட்டும் நேரத்தில் அதைப் பார்க்க வேண்டிய அவசியம் என்ன?

இடது பக்கத்தில் சவமான சிவன், கும்பம்.

வலது பக்கத்தில் மழுவு, மான், கொடி.

அது சரி, முதலில் பிணத்தைப் பார்த்தபோது அவனிருந்த இடத்திலிருந்து அது எந்தத் திசையிலிருந்தது. இடது பக்கம்? இடது பக்கமா, இல்லை வலது பக்கமா? இல்லை இல்லை... இடது பக்கம் தான்.

"ஏங்க அய்யா! சந்தன் தலாவில் டாகூர் வீட்டுப் படித்துறை!"

“அட! அப்படியா? அப்போ அதிகத் தூரம் இல்லை.

சந்தன் தாலாவில் உயிர்த்துடிப்போடு இருக்கும் காளி தேவியிடம் அவன் மனத்திற்குள்ளாக நிறைய பிரார்த்தனை செய்து கொண்டான். குழந்தை சௌக்கியமாக இருக்கவேண்டும். இவன் போய்ச் சேரும்போது அவன் நல்ல சௌக்கியமாக இருக்க வேண்டும். இன்னும் அதிகத் தொலைவில் இல்லை. அவன் இதயத்திற்கு அருகில் ஏதோ ஆடிக்கொண்டே இருந்தது. வானில் சப்தரிஷி மண்டலத்தின் அக்னி ரேகை மிகப் பெரிய கேள்வியுடன் அவன் முகத்திற்கு எதிராகப் பார்த்துக்கொண்டு நின்றது. அவனுடைய கிராமம் வந்துவிட்டது. இனிமேல் குழந்தையைப் பார்த்துவிடலாம்.

எத்தனை நாளாக அவன் குழந்தையைப் பார்க்கவில்லை. குழந்தையின் முகம் தெளிவாக, ஸ்பஷ்டமாக நினைவுக்கு வரவில்லை. குழந்தையின் முகத்தையே அவன் மறந்துவிட்டானா? குழந்தையின் மழலைப் பேச்சுகள், அராபிய இரவுகள் போலக் கற்பனையிலேயே இருந்து கொண்டிருந்தது. இனிமேல் இன்றுதான் அது ஒரு முழு உருவம் எடுத்துக்கொள்ளப் போகிறது. உண்மையிலேயே குழந்தை அவன் முன்னால் வந்து நிற்பானா? கனவில் வரும் பிட்டு இல்லை. எத்தனையோ தூங்காத இரவின் கனவுகளுக்கும் இதற்கும் பிரத்தியட்ச நிலைக்கும் வித்தியாசம் இருக்கும் இல்லையா? இந்த ஒரு கணத்துக்காகவேதான் உலகமே சிருஷ்டிக்கப்பட்டதோ? அகண்டு, பரந்து விரிந்த வான மண்டத்தில் சுற்றிக்கொண்டிருக்கும் நேபுலா ராசி, மிருகசீரிஷம், சப்தரிஷி மண்டலம், சுக்ரன் என்னும் விடிவெள்ளி, காலபுருஷன் இவையெல்லாமே ஒரு கட்டுப்பாட்டுக்கு உட்பட்டு ஒரே பாதையில் சீராக இயங்கிக் கொண்டிருந்தன. இந்த ஒரு கணம் உண்மையிலேயே கண்ணெதிரில் வந்துவிட வேண்டும் என்ற ஒரே குறிக்கோளோடு அவை சுற்றிக்கொண்டிருந்தன என்று தோன்றியது. இல்லாவிடில் அவையெல்லாம் சாரமில்லாதவை, பொய்யானது. அர்த்தமில்லாதது. எந்த உலகத்தில் அன்பு இல்லையோ அது என்ன உலகம், அத்தகைய உலகம் எரிந்து பஸ்பமாகி மகா பிரபஞ்சத்தில் சேர்ந்து கலந்து விடட்டுமே. அதனால் யாருக்கு என்ன வந்தது? அது இருந்து அதனால் யாருக்கென்ன பயன்? எல்லாவற்றையும் பொறுத்துக்கொள்ளும் பூமித்தாயின் மடியில் நிலை நிறுத்தப்பட்ட இந்த இனிமையான கணங்கள் அன்பின் குரல் ஒரு திசையிலிருந்து தொடுவானம்வரை, ஒரு நெபுலாவிலிருந்து இன்னொரு நெபுலாவரை, ஒரு நட்சத்திரத் தீவிலிருந்து, அந்தத் தீவுகளுக்கப்பால் உள்ள பிரதேசங்களிலும் சிதறிப் பரவிக் கிடந்தது. அதனாலேயே

அந்த அன்பின் காரணமாகவே இந்தப் பிரபஞ்சம் பிழைத் திருக்கிறது. பிரபஞ்சம் நீண்ட ஆயுளுடன் இருந்து கொண் டிருக்கிறது. இல்லாவிடில் இந்தப் பிரபஞ்சம் நாபியிலிருந்து பெருமூச்சுவிட்டு மூச்சுத் திணறிக்கொண்டிருக்கக் கூடும்.

அவர்களுடைய கிராமத்தின் படித்துறைக்கு அருகில் படகு வந்து நின்றது. சேப்பங்கிழங்குச் செடிகள் காடாக வளர்ந்து கிடந்த இடங்களில் 'ஜீ ... ஜீ' பூச்சிகள், வண்டுகள் ரீங்காரமிட்டுக் கொண்டிருந்தன. இருள் நிறைந்த மூங்கில் காடுகளிடையின் வழியாகப் பாதை சென்றது. நரி ஊளை யிடுகிறதே ஏன்? நரி ஊளையிடுவது நல்லதா என்ன? தேலா கூச்சோவின் புதர்களில் மின்மினிப் பூச்சிகள் ஊஞ்சலாடிக் கொண்டிருந்தன.

நிமாயீ என்ற பெயருள்ள மீனவன், வலையைத் தோளில் போட்டுக்கொண்டு நதி இருந்த நீக்கில் போய்க் கொண்டிருந் தான். "யாரு போவது?" என்று கேள்வி கேட்டான்.

இவன், "நான் சீதாநாத் ... நிமாயீ! நல்லா இருக்கியாப்பா?" என்று கேட்டான்.

"யாரு? சித்தப்பாவா? நல்லா இருக்கீங்களா?"

நிமாயீ என்ன காரணத்தாலோ நிற்காமல் வேகமாக நடந்து போய் விட்டான். எதுவுமே பேசவில்லையே ஏன்? இவனிடமிருந்து தப்பித்துப் போக நினைப்பவன்போல் வேகமாகப் போகிறானே ஏன்? மீன் பிடிக்கும் அவசரத்தில் போய்க் கொண்டிருக்கிறானோ என்னவோ? யார் கண்டது?

இதோ பலாமரத்தடி வழியாகப் பாதை போய்க்கொண் டிருந்தது. எதிரில் சம்பு சக்ரவர்த்தியின் வீடு இருந்தது. சம்பு அண்ணா சண்டி மண்டபத்தில் நின்று கொண்டிருந்தார். "யாரது? சீதாநாத்தா? ஊருக்கு வந்திருக்கியா? படகிலா?"

"ஆமாம் அண்ணா!"

"சரி ... போ."

இதற்கு மேலே சம்பு அண்ணா எதுவுமே பேசவில்லையே ஏன்? வீட்டில் குழந்தை எப்படி இருக்கிறான் என்று கேட்க மனத்தில் தைரியமில்லை. நல்லது. ஆனால் சம்பு அண்ணா எதையோ மறைக்க விரும்புகிறார் போலவோ, அப்படிச் செய்ய முயல்கிறார் போலவோ தெரியவில்லையே.

இடது பக்கத்தில் சவமாகிய சிவ கும்பம்.

வலது கையில் மழு, மான், கொடி.

பிணம் அப்போது எந்தத் திசையில் இருந்தது. முதலில் அவன் கவனித்தபோது அது எந்தத் திசையில் இருந்தது.

இதோ! வீடு வந்துவிட்டதே. ஏன் இருட்டாக இருகிறது? சமையலறையில் ஏன் விளக்கு எரியவில்லை? அவன் கால்கள் அநியாயத்திற்குக் கனத்தன. மேலே நடக்க மறுத்தன. தொண்டை அடைத்துக்கொண்டு குரல் கிளம்ப மறுத்தது. வீட்டில் சுதா, குழந்தை, ஒரு வேலைக்காரி தவிர வேறு யாரும் இல்லை. யாரைக் கூப்பிடுவது? வேலைக்காரியைக் கூப்பிடுவதா? இல்லை சுதாவையா? இல்லை ... குழந்தையையா!

இல்லை ... கால்கள் ஏன் இப்படிக் கனக்கின்றன? கூப்பிடலாம் என்றால் குரல் எழும்ப மறுக்கிறதே. வழி முழுவதும் சாஹேப் கஞ்ஜிலிருந்து இன்று, இரண்டு நாட்கள், ஓர் இரவு முழுவதும் வியாகூலம் நிறைந்த எதிர்பார்ப்புடன், தன் சொந்த வீட்டின் முன்பாக வந்து உயிரின் ஓட்டம் நின்று போய், மூச்சு முட்டுகிறதே ஏன்? வீட்டில் என்ன நடந்திருக்கும்? நிமாயீ என்னுடன் ஏன் எதுவும் பேசவில்லை? சம்பு சக்கரவர்த்தியுடன் இத்தனை நாட்களுக்குப் பிறகு பார்க்கிறான். அவரும் அவனுடன் சரியாக, சாவகாசமாகப் பேசவில்லையே என்?

மூங்கில் காடு, புளிய மரத்தின் அடிப்பகுதியில் இருந்த இருள் நிறைந்த வீடு, அவனுடைய மூடிய வாயின், இறந்த ஆட்டின் கண்களைப் போலப் பொருளில்லாத கண்களின் திசையில் பார்த்தபடி மௌனமாக நின்றுகொண்டிருந்தான்.

எதுவுமே பேசவில்லை.

புளியமரத்தின் கிளையில் லக்ஷ்மி தேவியின் ஆந்தையின் கரகரத்த குரல் கேட்டது. உடனேயே சடசட படபடவென்ற ஒலி எழுப்பியபடியே எழுந்து பறந்து போகும் ஓசையும் கேட்டது.

சீதாநாத் திடுக்கிட்டுப் போனான்.

இந்த நேரத்தில் பாதையின் மீது வெளிச்சம் வந்து விழுந்தது. யார் அந்தப் பக்கத்திலிருந்து வருகிறார்கள்? குரல்கள் காதில் விழுந்தன.

சுதாவின் குரல் போலல்லவா இருக்கிறது?

அடுத்த நிமிடம் வேலைக்காரி லாந்தர் விளக்கைத் தூக்கிப் பிடித்தபடி முன்னால் வந்து நின்றாள். பின்னால் சுதா. அவள் இடுப்பில் குழந்தை எல்லாமே லாந்தர் விளக்கு வெளிச்சத்தில்

தெளிவாகத் தெரிந்தது. வேலைக்காரி உரத்த குரலில், "அடியம்மா . . . இதோ நம்ம வீட்டு அய்யா இல்ல வந்திருக்காரு . . . இங்க இருட்டில வந்து நின்னுக்கிட்டிருக் காரு . . . நாங்க ராய் அய்யா வீட்டில் சத்யநாராயண் வீட்டுப் பூஜை பிரசாதம் வாங்கிக்க வீட்டுக் கதவைப் பூட்டிக்கிட்டுப் போனோம் . . ."

இதற்கு மேலே அவள் சொன்னது எதுவும் காதில் விழ வில்லை. குழந்தை திடீரென்று திடுக்கிட்டுப் போனவனாக இவனை நோக்கிப் பாய்ந்தான். முதலில் கண்ணை உருட்டிப் பார்த்த குழந்தை அடுத்த கணம் இரு கைகளையும் விரித்துக் கொண்டு பாய்ந்தான்.

"அப்பா . . . அ . . . ப் . . . பா . . . நீ எங்க போயிருந்த? எனக்காக அரிசிப் பொரி வாங்கி வந்தாயா?"

சீதாநாத் குனிந்து குழந்தையைக் கைகளில் தூக்கிக் கொண்டான். அடுத்த கணம் குழந்தை தன் இரு கைகளாலும் தந்தையின் கழுத்தை இறுகக் கட்டிக் கொண்டான்.

"அப்பா . . . அரிசிப் பொரி வாங்கி வந்தியா?" குழந்தை யின் குரலில், அன்பும், ஆதுரமும் பொங்கி வழிந்தது.

சீதாநாத் திக்குமுக்காடிப் போனான்.

சாலாராம் சொன்ன கதை

டில்லியின் ஒரு பார்க்கில் சாலாராம் எனக்கு அறிமுகமானான். இளைஞன். ஆறடி ஆறு அங்குலம் உயரம். மணிக்கட்டுப் பகுதியே நல்ல பருமனாக இருக்கும். தாடி மீசை வைத்திருப்பான். அகலமான மார்பு. அவன் எல்லோரையும் போலச் சாதாரண மனிதனல்ல என்பதைச் சீக்கிரமே தெரிந்துகொண்டேன். நல்ல அனுபவம் உள்ளவன் என்பது அவன் முகத்தைப் பார்த்தாலே தெரிந்தது. மற்றவர்களுடைய வாழ்க்கையில் நடக்காத நிகழ்ச்சிகள் அவனுடைய வாழ்க்கையில் நடந்திருக்கின்றன.

நாங்கள் வங்காளிகள். எங்கள் வாழ்க்கையில் இது போன்ற அனுபவங்கள் அதிகமில்லை. இருந்தாலும் அமிருதஸரஸ், டில்லி, கராச்சி, டேராகஞ்சி போன்ற இடங்களில் பிறந்தவர்கள் வாழ்க்கையில் நிறைய பார்த்திருக்கிறார்கள். எங்களைப் போன்றவர்கள், தந்தையின் பணத்தை வாரியிறைத்துக்கொண்டு, வெளிநாட்டுக்குப் போய்ப் படித்தோம். எங்களைவிட மதராஸி, தெலுங்கு, நோயாகாலி, சாட்கிராமத்தின் முஸ்லீம்கள் எத்தனையோ மேல் – அவர்கள் எப்படியோ பத்துத் தேசங்களைச் சுற்றிப் பார்த்துவிடுகிறார்கள்.

சாலாராம் யுத்தம் நடந்த சமயத்தில் பிரான்ஸில் இருந்தான். பின்னர் எதிலேயோ சேர்ந்து மெஸபட்டோமியாவுக்குப் போனான். பாலைவனத்தில் அராபியர்கள் கையில் அகப்பட்டுக் கொண்டானாம். டைக்ரிஸ் நதியில்

படகுப் போட்டியில் கலந்து கொண்டானாம். பாபிலோனில் உட்கார்ந்து சுருட்டுக் குடித்தானாம்.

“அதெல்லாம் இருக்கட்டும். உன் வாழ்க்கையில் நடந்த மிக சுவாரசியமான விஷயத்தை முதலில் சொல்லு கேட்கலாம்” என்றேன் நான்.

சாலாராம் சொல்ல ஆரம்பித்தான்.

எங்க வீடு அமிருதஸரஸ் ஜில்லாவில் இருந்தது. எங்கள் கிராமத்தில் எல்லாரும் ஏழைகள். கல்கத்தாவில் வேலை செய்து வைத்திருப்பவனே நூறு ரூபாய் முழுசாக கிராமத்தின் பெரிய மனிதன். அவன் கல்கத்தாவில் போலீஸ் இன்ஸ்பெக்டராக இருப்பதாகச் சொன்னான்.

நான் எல்லோரிடமும் சண்டை போடுவேன். எதற்கும், யாருக்கும் பயப்பட மாட்டேன். பதினெட்டு வயதில் பள்ளிக்கூடத்தை விட்டுவிட்டுக் கொஞ்சம் பணத்தை எடுத்துக்கொண்டு கல்கத்தாவுக்கு வந்தேன். போலீஸ் இன்ஸ்பெக்டராக ஆகாவிட்டாலும், ஹெட்கான்ஸ்டபிளாக ஆகலாமே. என்னை யார் தடுக்கப் போகிறார்கள்?

கல்கத்தாவுக்கு வந்து சேர்ந்ததுமே அந்த ஆளைப் பற்றிய உண்மை தெரிந்து போனது. அந்த ஆளைத் தேடிக் கண்டு பிடித்தேன். அவன் இன்ஸ்பெக்டராக இருக்கவில்லை. ஒரு பெரிய மனிதரின் வீட்டில் தர்வானாக இருந்தான். அவன் கல்கத்தாவில் தர்வான் வேலை பார்ப்பதை நான் கிராமத்தில் யாரிடமும் சொல்லாமல் இருந்தால், நான் கல்கத்தாவில் ஒரு மாதம் தங்கியிருப்பதற்கான செலவுக்கான பணம் எனக்குத் தருவதாகச் சொன்னான். அவனுடைய ஆலோசனையின் பெயரில் கார் ஓட்டக் கற்றுக்கொண்டேன். சில நாட்களுக்குப் பிறகு ஐரோப்பாவில் யுத்தம் ஆரம்பித்தது. நான் ராணுவத்தில் சேர்ந்து முதலில் கராச்சிக்கும் பிறகு பிரான்ஸுக்கும் போனேன். இந்தக் குறிப்பிட்ட காலத்தில் இந்தத் தேசங்களில் எனக்கு ஏற்பட்ட அனுபவங்கள் எல்லாம் விசித்திரமாக இருந்தாலும், அதையெல்லாம் வர்ணித்துக் கொண்டிருக்க முடியாது. யுத்தம் முடிந்த பிறகு கிராமத்திற்குத் திரும்பி வந்தேன். ஆனால் அங்கே இருக்கப் பிடிக்கவில்லை. இன்னொரு வேலை எடுத்துக்கொண்டு மெஸப்பட்டோமியாவுக்குப் போனேன். மூன்று வருடங்களுக்குப் பிறகு அங்கிருந்து கிளம்பிப் பம்பாய் வந்துசேர்ந்தேன். கையில் கொஞ்சம் பணம் இருந்தது. ஒரு டாக்ஸி வாங்கிப் பம்பாயிலோ கல்கத்தாத் தெருக்களிலோ ஓட்டிப் பிழைத்துக் கொள்ளலாம் என்று நினைத்தேன். ஆனால் இரண்டு மூன்று நாட்களுக்குப்

பிறகு வண்டிகள் ரிப்பேர் செய்யுமிடத்தில் சில பத்தான் களுடன் சண்டை ஏற்பட்டு, சாமான்கள் திருட்டுப் போய் விட்டன. அதில் ஒருத்தனுக்கு மோசமாக அடிபட்டு விட்டது. போலீஸிடம் இருந்த பயத்தில் நானும் என் நண்பன் ஒருவனு மாக இரவோடிரவாக அந்த இடத்திலிருந்து தப்பித்து ஓடி விட்டோம்.

எத்தனையோ ஆபத்துக்களைக் கடந்து, இருவரும் குவெட்டா வழியாகப் பாலைவனப் பாதையில் காபூலுக்குப் போய்ச் சேர்ந்தோம். அப்போதுதான் புதிதாக பஸ், லாரி இவை காபூலில் ஓட ஆரம்பித்திருந்தது. பெரிய மனிதர்களிடம் கார் இருந்தது. ஆனால் டிரைவர்கள் அதிகம் பேர் கிடையாது. எங்களுக்கு வெகு எளிதில் வேலை கிடைத்துவிட்டது.

சில வருடங்கள் கழிந்தன. சுகமாக வாழ்க்கை நடத்திக் கொண்டிருந்தோம். இதுவரை சம்பாதித்த பணம் கையில் இருந்தது அதில் சொந்தமாக ஒரு லாரி வாங்கிக் காபூல், காண்டகார் பாதையில் ஓட்ட ஆரம்பித்தேன். சாமான்கள் மலிவாகக் கிடைத்தன. நிறைய நண்பர்கள் கிடைத்தார்கள். லாரி ஓட்டியதில் வாழ்க்கையில் முன்னேறினேன். காபூலில் போலாநாத் என்று ஒரு நண்பர் பிரசித்தமாக இருந்தார். அவர் ஒரு குஜராத்திப் பிராமணர். வெகு காலமாகக் காபூ லில் இருக்கிறார். அவர் புரோகிதராக இருந்தார். மீர்மக்த் மார்க்கெட் பகுதியின் தெற்குப் பக்கத்தில் ஒரு சிறிய சந்தில் அவர் வீடும் கோவிலும் இருந்தன.

அந்தக் கோவில் மிக அற்புதமான இடம்.

எத்தனையோ விதமான மக்கள் அங்கே வந்து கூடிப் பேசிக்கொண்டிருப்பார்கள். டீ குடிப்பார்கள். புகையிலை போடுவார்கள். அதிலிருந்து எழும் புகை அந்த இடத்தையே இருட்டாக்கிவிடும். இந்தப் பக்கத்தில் கோவிலில் மணி அடிக்கும். ஆரத்தி எடுப்பார்கள். பிரசாதம் விநியோகிப்பார் கள். இரவு பதினோரு மணி வரை ஜனங்கள் வந்துகொண்டே இருப்பார்கள். மிகப் பெரிய வியாபாரிகளிலிருந்து சாதாரண மான ஆட்கள்வரை அதில் இருப்பார்கள். எல்லாருக்குமே போலாநாத்தைப் பிடித்திருந்தது. அவரிடம் மரியாதை செலுத்தி னார்கள். அவரிடம் ஆலோசனை கேட்பார்கள். அந்த அளவுக்கு அவர் அத்தனை பேரையும் கவர்ந்திருந்தார்.

ஒருநாள் இரவு எட்டு மணிக்கு நான் போலாநாத்துடன் கோவிலுக்குப் போனேன்.

டீ, வெற்றிலை போட்டுக் கொண்டாயிற்று. போலாநாத் என்னிடம் "இன்னும் கொஞ்சம் டீ குடிக்கிறாயா?" என்று கேட்டார்.

"இரவு ரொம்ப நேரமாகிவிட்டது. இனிமேல் டீ வேண்டாம்" என்றேன்.

அங்கிருந்த கூட்டத்தில் ஆப்கானிஸ்தான் அரசின் ஊழியர் ஒருவர் உட்கார்ந்திருப்பதைத் திடீர் என்று தற்செயலாகக் கவனித்தேன். அவர் ரோடுகளில் ஹார்ன் அடித்தபடி போவதை, வருவதை நான் கவனித்திருக்கிறேன். அத்தனை பெரிய மனிதர் இங்கே, இந்த இடத்தில் கூட்டத்தில் உட்கார்ந்திருப்பதைப் பார்த்துத் திடுக்கிட்டுப் போனேன். ஆனால் இது பற்றி யாரிடமும் சொல்லாமலிருப்பது நல்லது என்று நினைத்துப் பேசாமலிருந்துவிட்டேன்.

சிறிது நேரம் கழித்து அந்த ஆப்கன் ஆபீஸர் எழுந்து போய்விட்டார்.

எங்களில் யார் யாருக்கு மெஷின்கன் உபயோகிக்கத் தெரியும் என்பதைத் தெரிந்துகொள்ள வந்திருந்தாராம்.

என்ன விஷயம்? மெஷின்கன் எதற்கு? சண்டை ஏது?

இரவு வெகுநேரம் கழித்து எழுந்து வந்தேன். என் முக்கிய நண்பர் ஜ்வாலாப்ரஸாத் என்னிடம் ரகசியமாகப் "பணங்காசு ஏதாவது பாங்கில் போட்டு வைத்திருந்தால் இப்போதே எடுத்துவிடு" என்றார்.

திடுக்கிட்டுப் போய் "ஏன்? என்ன நடந்தது?" என்று கேட்டேன்.

"ஆமானுல்லாவுக்கு எதிராகச் சீக்கிரமே கலகம் ஏற்படப் போகிறது."

"யார் கலகம் செய்யப் போகிறார்கள்?"

"அத்தனை விஷயம் எனக்குத் தெரியாது. நீ எச்சரிக்கையோடு இரு. எல்லாம் சரியாகிவிடும். இன்னும் ஒன்றிரண்டு தினங்களில் நெருப்புப் பிடித்துக்கொள்ளப் போகிறது. இரவு நேரம் கழித்துத் தெருவில் நடக்காதே."

மீர்மக்த் மார்க்கெட்டின் தாழ்ந்த வகுப்பு மக்களுக்கான சிற்றுண்டிச் சாலையில் இன்னும் பேச்சு அமர்க்களப்பட்டுக் கொண்டிருந்தது. இரவில் இவையெல்லாம் மோசமான இடங்கள். என் அனுபவத்திலிருந்து சொல்கிறேன், காரணமில்லாமல்

திருடர்கள் கையில் அகப்பட்டு எத்தனையோபேர் இறந்து போயிருக்கிறார்கள்; அதற்குக் கணக்கே கிடையாது.

கலகம் ஆரம்பித்துவிட்டது.

மீர்மக்த் மார்க்கெட் பகுதியிலிருந்து ஜனங்கள், சிற்றுண்டிச் சாலைகளைவிட்டு வெளியில் ஓடி வந்தார்கள். யாருக்கும் எதுவும் தெரியாது. எல்லாரும் காதைத் தீட்டிக்கொண்டு கேட்டார்கள்.

பஞ்சில் பட்ட நெருப்புப்போலக் கலகம் நாலா பக்கமும் பரவியது. நான் மார்க்கெட் பகுதியை விட்டுக் கிளம்பியவுடனேயே, வெகுதூரத்தில் துப்பாக்கிக் குண்டுகளின் டுமீல் சப்தம் கேட்டது. கூடவே பட் பட் பட் என்று மிஷின் கன்னின் சப்தம், எல்லோருமே பீதி அடைந்தார்கள். கலகம், புரட்சி என்றாலே கொலை, கொள்ளை, வீடுகளை எரித்தல், பிசாசுகளைப் போல அராஜகம், நீஷ்டூரமான கொடுமையான செயல்கள் என்று ஆரம்பித்துவிடும். அதுவும் முக்கியமாக இந்த இடங்களில்.

கலகம் முழு வீச்சில் நடந்துகொண்டிருந்தபோது, அதைப் பற்றிய எல்லா விஷயமும் எனக்குத் தெரியும்... முழுக்கத் தெரியும், ஆனால் சொல்லமாட்டேன். கண்ணுக்கு முன்னால் அன்று நடந்தவற்றை இன்று நினைத்தாலும் உடல் நடுங்குகிறது. மயிர் கூச்சலெடுக்கிறது. மீர்மக்த் பஜாரில் ரத்த வெள்ளம் பெருகி ஓடிற்று. யார் யாரைக் கொலை செய்து கொண்டிருக்கிறார்கள் என்பதே தெரியவில்லை. புரியவில்லை. சந்தர்ப்பத்தைப் பயன்படுத்திக்கொண்டு கொலைகாரக் கும்பல் பலரைக் கொன்றது. பாச்சாயீ ஸாகோர் சைன்யங்கள் அரசியல் கலகம்செய்து கொண்டிருந்தார்கள், இந்தச் சந்தர்ப்பத்தைப் பயன்படுத்திக் கொண்டு ஊரில் இருந்த போக்கிரிகள், பட்டப் பகலில் கொலைசெய்ய ஆரம்பித்தார்கள். இன்னும் என்னவெல்லாம் செய்தார்கள் என்பதை நினைத்துக்கூடப் பார்க்காமல் இருப்பது நல்லது.

ஒருநாள் இரவு என் நண்பன் ஜ்வாலாப்ரஸாத் வந்து என்னிடம், "ரகசியமாக எழுந்து போலாநாத்தின் இடத்துக்கு வா, மேலே வேறு எதுவும் கேள்வி கேட்காதே" என்றான்.

மீர்மக்த் பஜாரைக் கடந்து செல்லும் சமயத்தில், அவனுடைய இருண்ட முகத்தைப் பார்த்தபோது கலங்கி விட்டேன், போலாநாத் கோவிலுக்குப் போய்ப் பார்த்தேன். சீக்கியர், ஜாட் போன்ற யார் யார் காபூலில் டிரைவர்களாக இருந்தார்களோ அவர்கள், கிட்டத்தட்டப் பத்துப் பேர் இருக்கும்,

பிணமாகிக் கிடந்தார்கள். ஆப்கன் ஆபீஸர் ஒருவர் வெள்ளைக் காரரைப் போல உடுத்தியிருந்த இன்னொரு ஆப்கன் ஆபீஸரு டன் – பார்க்க மிகவும் நன்றாக இருந்தார் – அங்கே ஆஜராகி யிருந்தனர். கோவிலில் இருந்த குறைவான வெளிச்சத்தில் அவர்கள் முகங்களைச் சரியாகப் பார்க்க முடியவில்லை.

ஆப்கன் தலைவர், "உங்களில் யார் யார் இன்று இரவே காபூலை விட்டு, காண்டகாருக்குக் காரில் செல்லத் தயாராக இருக்கிறீர்கள்? அங்கிருந்து யார் யார் பம்பாய் போக முடியும்?" என்று கேட்டார்.

நான் திடுக்கிட்டேன். "காண்டஹார் எங்கே? பம்பாய் எங்கே? அது தவிரப் போவதற்குச் சரியான பாதை ஏது? கலகக்காரர்கள் கைபர் பாதையை ஆக்கிரமித்துக் கொண்டிருந் தார்கள். காபூல் நதியைக் கடக்க முடியுமா இல்லையா என்பது தெரியாது. ஏன்? யாரை அழைத்துக்கொண்டு போக வேண்டும்?"

ஆப்கன் ஆபீஸர், "குவெட்டா வழியாகப் பம்பாய் போய்ச் சேர வேண்டும். பத்து லாரி வேண்டும். இரண்டு ப்ரைவேட் மோட்டார்கூட இருக்கும். அதை ஓட்ட ஆள் வேண்டும். எத்தனை பணம் கேட்டாலும் கொடுக்கத் தயார்" என்றார்.

நாங்கள் எல்லாருமே தலையை ஆட்டினோம். முடியவே முடியாது. ச்சாமான் பாதை வழியாகக் குவெட்டா வழியாகப் பம்பாய் போவதா? அதுவும் என்ன மாதிரி நிலைமையில்!

ஆப்கன் ஆபீஸர் வெகுநேரம் தர்க்கம் செய்தார். பயம் காட்டினார். ஒரு பலனும் கிடைக்கவில்லை.

இதுவரை மௌனமாக எல்லாவற்றையும் கவனித்துக் கொண்டிருந்த அந்த அழகான அபீஸர், இருட்டிலிருந்து வெளியில் வந்து எங்களுக்கு முன்னால் நின்றார். "ஏன் என்ன ஆட்சேபனை?"

என் இடது பக்கத்திலும் வலது பக்கத்திலும் இருந்த சீக்கிய, ஜாட் ஆட்கள் திடீரென்று திடுக்கிட்டுப் போனவர் களாக, சட்டென்று ஒரு சலாம் அடித்தார்கள். ஜ்வாலாப்ரஸாத் ஆச்சர்யத்தால் கட்டையாகிப் போய், "ஜாம்ஹாம்பனா!" என்றான். அப்போது நானும் அங்கிருந்தேன். இது என்ன? இது என்ன? ராஜா ஆமானுல்லா அல்லவா இவர்!

ஆமானுல்லா, "நீங்கள் என்ன கேட்டாலும் கொடுக்கத் தயாராக உள்ளோம். எனக்குப் பத்து லாரி வேண்டும். யார் யார் வரச் சம்மதிக்கிறீர்கள்? என்னைப் பம்பாயில் போய்

விடவேண்டும். பெரிய ஆபத்தில் மாட்டிக் கொண்டிருப்பதால் உங்களை வேறு வழியில்லாமல் கூப்பிடுகிறேன். உங்கள்மீது எனக்கு நம்பிக்கை இருக்கிறது” என்றார்.

நாங்கள் அத்தனை பேரும் ஒரே குரலில், “ஜான் கபூல், ஹஜ்ஜூரலி – நாங்கள் தயார். எங்கே வண்டியைக் கொண்டு வர வேண்டும் என்பதைச் சொல்லுங்கள்?” என்றோம். ஆமானுல்லா கடியாரத்தில் மணியைப் பார்த்துவிட்டு, “இன்னும் ஒரு மணி நேரத்தில் வண்டியை இங்கே கொண்டு வாருங்கள். அதற்குப் பிறகு எங்கே போக வேண்டும் என்பதை அவர் சொல்வார்” என்றார்.

அன்றைய இரவே பத்து லாரிகளும் இரண்டு பிரைவேட் கார்களும் ஓசைப்படாமல் காண்டஹார் போகும் பாதையில் போக ஆரம்பித்தன. நான்கு லாரிகளில் பெரிய மரப்பெட்டி களில், தாமிர வளையம் அடித்து, தாமிர ஷீட் அடித்த பெட்டி களில் கற்றைக் கற்றையாகப் பணம் மட்டுமே வைக்கப்பட் டிருந்தது. பிரைவேட் கார்கள் இரண்டிலும் ராஜா, ராணி, பெண், பள்ளிக் குழந்தைகள் பயணம் செய்தார்கள். முன்னாலும், பின்னாலும் சென்ற இரண்டு லாரிகளிலும் டார்பாலின் ஷீட் போட்டு, ஆயுதங்களை மறைத்துவைத்திருந் தார்கள்.

இரவின் கடைசிப் பகுதியில் பனி மூட்டத்தினிடையே, காபூலின் நிசப்தமான ராஜபாதை வழியாக, அந்நாட்டின் ராஜா, ராணியை ஏற்றிக்கொண்டு நாங்கள் அம்பு போலக் காரை மிக வேகமாகச் செலுத்திக்கொண்டு சென்றோம்.

காபூல் நதியைக் கடந்ததும் ஒரு சிறிய மலைக்கருகில் கலகக்காரர்களின் அவுட்போஸ்ட் ஒன்றிருந்தது. இத்தனை வண்டிகள் சேர்ந்தாற்போல, வரிசையாகச் செல்வதைப் பார்த்தால், நிச்சயம் அவர்கள் சந்தேகப்பட்டு வண்டிகளை நிறுத்தக் கூடும். ஜாட் பூரண்மல், ஆயுதங்களுக்குப் பின்னால் தயாரான நிலையில் உட்கார்ந்தார். என்ன செய்வது என்று நாங்கள் யோசித்துக்கொண்டிருக்கும்போதே ராஜா ஆமானுல்லா, “வண்டிகளை நிறுத்தாமல் வேகமாக வெளி யேறுங்கள்” என்று ஆணையிட்டார்.

அவர்கள் அசையாமல் நின்றுகொண்டிருப்பது தூரத்தி லிருந்து தெரிந்தது. நாங்கள் ஆக்ஸிலேட்டரை வெகு ஜோராக அழுத்தினோம். ஸ்பீடா மீட்டர் முப்பதிலிருந்து . . . நாற்பது . . . ஐம்பது . . . கண்ணிமைக்கும் நேரத்தில், அவுட் போஸ்ட்டைத் தாண்டி வண்டிகள் பறந்தன. பின்னால் புழுதியைக் கிளப்பிய

தில் ஒரே இருட்டாகி எல்லாமே நிழல் போலத் தெரிந்தன. டுமீல் டுமீல் என்று துப்பாக்கி சுடும் ஓசை காதைப் பிளந்தது. பட் பட் என்று மெஷின், எங்கள் தரப்பிலிருந்து பதிலடி கொடுத்தது. பணப்பெட்டிகளைச் சுமந்துகொண்டு வந்த ஒரு லாரியின் டயரில் குண்டு பட்டதில் அது நின்றுபோய் விட்டது. அதைத் திரும்பிக்கூடப் பார்க்கவில்லை நாங்கள்.

இனி அவர்கள் துரத்தி வருவார்கள் என்பது நிச்சயம். எங்களுக்கு நிற்க நேரமில்லை. குவெட்டா போகும் வழியிலும் கலகக்காரர்கள் பாதையை மறித்துக்கொண்டு நிற்கிறார்கள் என்று கேள்விப்பட்டோம். சுற்றுப் பாதையில் ஹேல்மன்ந் நதியைக் கடந்து தென்மேற்கு மூலையில் ஆப்கானிஸ்தான் எல்லையை நாங்கள் கடந்தோம். அதற்கப்புறம் இருப்பது பலூசிஸ்தானின் பயங்கரமான பாலைவனப் பிரதேசம். கன்னங் கரேலென்ற மரங்களும் மணல் குவிந்து கிடக்கும் பாலை வனமும்தான்.

இந்தப் பாலைவனத்தில் காலாத்திலிருந்து ச்சாமான் போகும் பாதையில் பலூசிஸ்தானின் கொள்ளைக்காரர்கள் எங்களைத் தாக்கினார்கள். லாரியில் வியாபாரத்துக்கான சாமான்கள் போகிறது என்று நினைத்தார்கள் போலிருக்கிறது. மெஷின்கள் உபயோகப்படுத்தினதும் விலகிப் போனார்கள். ஒரு சமயம் குடிக்கவே ஜலம் இல்லாமல் தீர்ந்து போயிற்று. நாங்கள் யாரும் குடிக்காமல், என்ஜினில் இருந்த சூடான நீரை ராஜா, ராணிக்குக் கொடுத்தோம். வழியில் ஒரு முறை பயங்கரமான புயல் எழுந்தது. மண்ணை வாரிக்கொண்டு வந்து இறைத்தது. பாதைகள் மறைந்து போயின. திசைகள் மறந்துபோயிற்று. அத்தோடு ஒரு வண்டியின் என்ஜின் வேலை செய்ய மறுத்துவிட்டது. ஏன் என்று எங்களில் யாருக்குமே தெரியவில்லை. குழந்தைகளை இன்னொரு வண்டியில் ஏற்றினோம். அந்தப் பயங்கர வெயிலில் நாங்கள் பட்ட கஷ்டம் சொல்லி முடியாது. ஒரேயடியாகக் களைத்துப் போய்விட்டோம். ஆமானுல்லா தன் வண்டியிலிருந்து இறங்கி லாரியில், டிரைவருக்குப் பக்கத்தில் போய் உட்கார்ந்தார். அதிருஷ்ட வசமாக இரண்டு மணி நேரத்திற்குள் காலாத்திலிருந்து கராச்சி போகும் கவர்ன்மெண்ட்டின் தபால் துறை வண்டி எங்கள் கண்ணில்பட்டது. இந்தத் தபால்களைப் பாதுகாக்கவென்று பாதுகாப்பு வண்டி ஒன்றும் உடன் வந்துகொண்டிருந்தது. இந்தக் காலக்கட்டத்தில் பலூசிஸ்தானின் கொள்ளைக்காரர் கள், இந்தப் பகுதிகளில் ஏகத்திற்கு அட்டகாசம் செய்து கொண்டிருந்தார்கள். ச்சாமானுக்குப் போய் அங்கிருந்து மதியம் கராச்சி போய்விட்டால் அங்கிருந்து ரயிலில் ராஜா,

ராணி பம்பாய் போய்விடலாம் என்று தீர்மானிக்கப்பட்டது. நாங்கள் அன்றைய தினமே காபூலுக்குத் திரும்பினோம். ஒவ்வொருத்தருக்கும் இருநூறு ரூபாய் சன்மானம் கிடைத்தது. வண்டிக்கான வாடகை, பெட்ரோல் இதற்காகத் தனியாகப் பணம் கிடைத்தது. விடைபெறும் முன் ராஜா ஆமானுல்லா எங்கள் ஒவ்வொருடன் தனித்தனியாகக் கை குலுக்கினார். "என்றைக்காவது நான் காபூலுக்குத் திரும்பி வந்தால் உங்களை, யாரையும் நான் மறக்கவே மாட்டேன்" என்றார் ராஜா. ராணியின் கண்களில் கண்ணீர் ததும்பியது, எங்கள் கண்களிலும் கண்ணீர் மல்கியது – எதற்குமே கலங்காத பூரண்மல் கண்களிலுமே கண்ணீர் மல்கியது – இல்லாவிட்டால் அவன் அப்படி முகத்தைத் திருப்பிக் கொண்டிருப்பானா?

மாறிய பெட்டிகள்

ப்ரதுல் இன்று ஊருக்குப் போகத்தான் வேண்டும். நாளைக்கு ஸ்கூல், காலேஜ் எல்லாமே நவராத்திரி விடுமுறைக்குப் பிறகு திறந்துவிடும் என்பதால், ரயில், பஸ் எல்லாவற்றிலுமே ஏகத்துக்குக் கும்பல். அனேகமாக மாணவர்கள்தாம் நிறைய இருந்தார்கள். ப்ரதுலுக்கு அவசரம் இல்லை. அவனுடைய அப்பாவுக்குத்தான் அவசரம்.

ஹிலி ஸ்டேஷன் இருபத்து மூன்று மைல்கள் தூரத்தில் இருந்தது. ஜனங்கள் முண்டியடித்துக் கொண்டு பஸ்ஸில் ஏறிக்கொண்டிருந்தார்கள். பஸ்ஸின் மேல் பாகத்தில் பெட்டி படுக்கை எல்லாவற்றையும் தூக்கிப் போட்டுக் கொண்டிருந்தான் ஒரு ஆள். ஒரே சத்தம். ஒரே குழப்பம். கல்லூரி மாணவ, மாணவிகள், நார்த் பெங்கால் எக்ஸ்பிரஸ்ஸில் கல்கத்தா போகிறார்கள். ப்ரதுல் அஸ்ஸாம் மெயிலில், அல்லது டவுன் நார்த் பெங்காலில் போக வேண்டும்.

பஸ் கிளம்பியது. ப்ரதுலுக்கு இரண்டு பக்கமும் இரண்டு புகையிலை வியாபாரிகள் வியாபார விஷயமாகப் பேசிக் கொண்டே இருந்தார்கள். முன்னால் இருந்த இருக்கையில், ஒருவர் தன் மனைவி குழந்தைகளுடன் ஓர் இருக்கை முழுவதையும் ஆக்கிரமித்துக் கொண்டிருந்தார். நாலு குழந்தைகளும் ஏகத்துக்கு விஷமம் செய்தன. ஒரே பேச்சு. ப்ரதுலுக்குத் தலை வலிக்க ஆரம்பித்துவிட்டது.

ப்ரதுல் மிகச் சிரமப்பட்டு ஓர் இடத்தைப் பிடித்தான். சின்னக் குழந்தை அவன் மடியில் உட்கார்ந்து வெளியே வேடிக்கை பார்க்க வேண்டும் என்று அடம்

பிடித்தது. அவனுக்குக் கஷ்டமும், அசௌகரியமும் இருந்தாலும் கௌரவம் காரணமாக மௌனமாக இருந்தான்.

யுத்தம் ஆரம்பித்திருந்த சமயம். சிலர் யுத்தம் சம்பந்தமாக விவாதித்துக்கொண்டிருந்தனர். இவர்களுக்கு யுத்தம் தொடர்பாக எல்லா விஷயங்களும் விரல் நுனியில் இருந்தது. ஹிட்லர், சேம்பர்லினைவிட இவர்களுக்கு சகல விஷயங்களும் புரிந்திருக்கிறது என்று ப்ரதுல் நினைத்தான்.

டிரைவர் இருக்கைக்குப் பின்னால், பஸ்ஸின் முன் பகுதியில் சில இருக்கைகள் முன்பதிவு செய்யப்பட்டிருந்தன. அந்த இருக்கைகளில் இரண்டு பெண்கள் வந்து உட்கார்ந்தார்கள். அவர்களுடன் ஒரு பெரியவரும் வந்திருந்தார். பெண்கள் இருவருமே சமவயதினராக இருந்தார்கள். ஒரு பெண் அழகாக இருந்தாள். இன்னொருத்தி கொஞ்சம் கறுப்பாக இருந்தாள். அதிக அழகும் இல்லை. ஆனாலும் அவள் தேகத்தில் ஒரு லாவண்யம் இருந்தது. ப்ரதுல் யாரும் கவனிக்காத சமயத்தில் அவர்களை ஒன்றிரண்டு முறை கவனித்தான்.

பாலூர்காட் டவுன் வந்ததும் பஸ் நின்றது. இங்கே நிறைய ஆண்களும் ஒரு பெண்ணும் பஸ்ஸில் ஏறினார்கள். ஏற்கனவே பஸ்ஸில் இடமில்லை. அதற்கு மேல் இத்தனை பயணிகள் ஏறினால் உட்கார எங்கே இடமிருக்கிறது. நிறைய பேர் நின்றுகொண்டிருந்தார்கள். அந்தப் பெண் முன்பதிவு செய்த இருக்கையில் உட்கார்ந்துகொண்டாள்.

இதற்கிடையில் பிச்சைக்காரன் ஒருவன் பிச்சை எடுக்க ஆரம்பித்தான். முன்னால் இருந்த மனிதர் குழந்தையின் கையில் ஒரு பைசாவைக் கொடுத்து "இந்தா . . . அவன் கையில் குடு" என்றார்.

குழந்தை காசைக் கொடுக்கும்போது, "இந்தா பிச்சைக்காரா வாங்கிக்க" என்றது.

தந்தை குழந்தையை அதட்டினார், "அது மாதிரி சொல்லக் கூடாதம்மா." பிச்சைக்காரன் வாய் நிறையச் சிரிப்புடன், "குழந்தைக்கு என்னங்க தெரியும்? என்ன பேரு?" என்று கேட்டான்.

ஏகத்துக்குப் புழுதி கிளம்பி, பஸ்ஸின் பின் பகுதியை நிறைத்தது. பஸ்ஸின் மேல் பகுதியில் கிடக்கும் தன் சாமான்

களிலும் புழுதி நிறைந்திருக்கும் என்று ப்ரதுல் நினைத்துக் கொண்டான்.

பயணமும் லேசில் முடிவதாக இல்லை. வயல்வெளி நிறைந்த வழியாக பஸ் சென்றது. ஒன்றிரண்டு கிராமங்களும் பக்கத்தில் குளங்களும் தென்பட்டன.

கார்த்திகை மாதத்தின் நடுப்பகுதி. அதிக வெயில், உஷ்ணம் இல்லை. அதனால் கொஞ்சம் நிம்மதி. இல்லாவிடில் பஸ்ஸில் இருந்த இந்தக் கூட்டத்தில், கோடைக்காலமாக இருந்தால், கஷ்டம்தான். வியர்வை நாற்றம் தாங்க முடியாது. ப்ரதுல் ஸ்டேஷன் கண்ணில் படுகிறதா என்று ஒருமுறை திரும்பிப் பார்த்தான்.

பாலூர்காட்டில் ஏறிய பெண்ணின் கையில் இருந்த புத்தகம் திடீரென்று கீழே விழுந்தது. யாருடைய காலிலோ இடித்து இருக்கையின் இடைவெளி வழியாக உருண்டு, ஒரே யடியாக ப்ரதுலின் ஸீட்டின் அடியில் வந்து விழுந்தது. பஸ்ஸின் ஆட்டம் அதிகமாக இருந்தது. ப்ரதுல் புத்தகத்தைக் கையில் எடுத்துப் பார்த்தான். 'விக்டோரியன் பொயட்ஸ்.' காலேஜ் பாடப் புத்தகம். ஆங்கிலப் புத்தகம், அவன் புத்தகத்தைத் தலைக்கு மேல் தூக்கிப் பிடித்து, அந்தப் பெண்ணின் கவனத்தைக் கவருவதுபோல, "உங்க புத்தகம் இங்க விழுந்திடிச்சு" என்றான். புத்தகம் பல கைகள் மாறி அந்தப் பெண்ணிடம் போய்ச் சேர்ந்தது.

பஸ்ஸில் இருந்த பெண்களில் இந்தப் பெண்தான் மிக அழகாக இருந்தாள் என்பதை ப்ரதுல் இப்போது கவனித்தான். நல்ல சிவப்பாக இருந்தாள். வயது இருபதுக்கு மேலே இருக்காது. கல்லூரி மாணவி. இன்னும் கல்யாணமாகவில்லை என்பது தெரிந்தது.

எந்தக் கல்லூரியில் படிக்கிறாள்? இந்தப் பெண்ணின் பெயரென்ன? பாலூர்காட்டில் யார் வீட்டைச் சேர்ந்தவள்?

ஹிலி . . . ஹிலி . . .

தகரக் கூரைகளும் ஷிரிஷ் மரங்களும் வரிசை வரிசை யாகத் தெரிந்தன. ஹிலியின் மார்க்கெட் பகுதி. ஸ்டேஷனின் சிக்னல் தெரிந்தது.

"பூட்ஸைப் போட்டுக்கோ. ஹிலி வந்தாச்சு. வெத்தல பெட்டி எங்க? சீக்கிரம் தேடி எடு. இருக்கைக்கு அடியில கிடக்கிறதா பார். சும்மா உக்காரு. ரயிலைப் பார்க்கணு மின்னா ஸ்டேஷன் வரட்டும். அப்புறம் பார்க்கலாம். எத்தனை

சாமான் இருக்குன்னு சரியா எண்ணிப்பாரு. ஒண்ணு, ரெண்டு, மூணு, நாலு – பஸ்ஸுக்கு மேலே இருக்கு ஒண்ணு, ரெண்டு ... மூணு ...” முட்டி மோதிக்கொண்டு பயணிகள் பஸ்ஸிலிருந்து இறங்க ஆரம்பித்தார்கள். கண்டக்டர், பஸ்ஸின் கூரைப் பகுதியிலிருந்து அவரவர் சாமான்களை இறக்கி, போர்ட்டர் தலையில் வைத்துக் கொண்டிருந்தான். கூட்டம் அதிகமாக இருந்த காரணத்தால், குழப்பமும் அதிகமாக இருந்தது.

“அதோ அந்தச் சிவப்பு ஸூட்கேஸ் ... டவல் போட்டுச் சுத்தியிருக்கு அதை இறக்கி வையி.”

“பிடி ... பிடி ... நல்லாப் பிடிச்சுக்க ... உள்ள கண்ணாடிச் சாமான் இருக்குது.”

“அதில்ல ... அதில்ல ... அந்தத் தகரப் பெட்டி ... மேல எழுதியிருக்கும் ஆர்.ஸி.டி ... ஆஹ் அதுதான்.”

அஸ்ஸாம் மெயில் வந்துநின்றது. பயணிகளின் கூட்டம் சாமான்களைத் தூக்கிக்கொண்டு, மூச்சிரைக்க ஓடிக்கொண் டிருந்தது. ப்ரதுலுக்கு தகரப் பெட்டியும், ஒரு படுக்கையும் இருந்தது. அதிகக் கனமாக இல்லை. அவன் அதைக் கையில் தூக்கிக்கொண்டு, டிக்கட் வாங்குமிடத்திற்குப் போனான்.

அஸ்ஸாம் மெயிலில் அதிகக் கூட்டம் இல்லை. ஆனால் பார்வதி பூரிலிருந்து கிளம்பிய ஷில்லாங் மெயில், லக்னோ அல்லது கான்பூரிலிருந்து வருகிறது. ஹிந்துஸ்தானிப் பயணி கள், குளிர்காலத்தில் அஸ்ஸாமின் தேயிலைத் தோட்டங்களில் வேலை செய்வதற்காகப் போனதால் இன்று ரயிலில் ஏகத் துக்குக் கூட்டம் இருந்தது. நிற்கக்கூட இடமில்லை.

ரங்கியா ஸ்டேஷனுக்கு ரயில் போய்ச் சேர்ந்தபோது விடியற்காலை ஆகிவிட்டது. இங்கிருந்து பதினாறு மைல்கள் தூரத்தில் பாட்காலி தேயிலைத் தோட்டம் இருந்தது. ப்ரதுல் டாக்டராக இருந்தான். இந்த வேலைக்கு வந்து ஒரு வருடம் தான் ஆகிறது. தேயிலைத் தோட்டக்காரர்கள் ப்ரீ குவார்ட்டர்ஸ் தந்திருந்தார்கள். சாமான்கள் விலையும் குறைவு. ஒரு மாதிரி யாக ஓடிக்கொண்டிருந்தது.

ரங்கியாவில் இறங்கித் திரும்பவும் பஸ் பிடிக்க வேண்டும். ரங்கா பாடா ரோடு வழியாக பஸ் போனது. தேயிலைத் தோட்டத்துக்கு இரண்டு மைல்கள் தொலைவில் நின்றது. கூலியின் தலையில் ஸூட்கேஸை வைத்துவிட்டு, ப்ரதுலும் நடந்தான். அவன் தன் குவார்ட்டர்ஸுக்கு வந்து சேரும்போது ஒன்பதரை மணி இருக்கும்.

மனித நடமாட்டமே இல்லாத இடம். வெகு தூரத்தில் மேகங்களுக்கிடையில் நீல வண்ணத்தில் மலை தெரிந்தது. ஒரு பக்கத்தில் சேறும் நாணல் புற்களும் நிறைந்திருந்தன. ஹேமந்த பருவத்தின் காலை நேரத்தில் மனதுக்குப் பிடிக்காத மணம் இந்தச் சேற்றுப் பகுதியிலிருந்து எழுந்தது. மலேரியா, காலரா ஜுரம் இரண்டும் இந்த தேயிலைத் தோட்டங்களில் அதிகமாக இருந்தது. இங்கு வந்த பிறகு ப்ரதுலும் இரண்டு முறை மலேரியா வந்து கஷ்டப்பட்டான்.

வைத்தியசாலையின் அஸ்ஸாமி கம்ப்பௌண்டர் சிவநாத் பட்டாச்சார்யா, கம்ப்பௌண்டராகவும் ப்ரதுலின் சமையல் காரனாகவும் இருந்தான். ப்ரதுலுக்குச் சமைக்கத் தெரியாது. அவனுக்குப் பிடிக்கவும் பிடிக்காது. வேறு வழியில்லாமல் சிவநாத்துக்கும் சாப்பாடு வைத்துக் கொண்டிருந்தான். இவனைப் பார்த்ததும், வேலைக்காரன் ஓடி வந்தான். சிவநாத் இரண்டு நாட்கள் லீவு எடுத்துக் கொண்டு ஊருக்குப் போயிருக்கிறான். நாளை மறுநாள் திரும்பி வந்துவிடுவான் என்னும் விஷயத்தைத் தெரிந்து கொண்டான். அப்பா அவசரப்படுத்தியதால்தான் இன்று வந்தான்.

வேலைக்காரனிடம், “குளிக்க, சமைக்க ஜலம்கொண்டு வந்து குடு. கிளினிக்கைப் பெருக்கிச் சுத்தம் செய்துடு” என்றான்.

குளிப்பதற்கு முன்னால் ஸூட்கேஸைத் திறக்கப் போன வன், வேறு விதமான பூட்டுப் பூட்டியிருப்பதைக் கவனித்தான். அதற்கான சாவி இவனிடம் இல்லை. இதென்னடா வம்பு! அவன் தங்கை கமலாவின் வேலையாகத்தான் இருக்கும். அவள்தான் பெட்டியைச் சரிசெய்து பூட்டைப் பூட்டினாள். வேறு சாவியை அவனிடம் கொடுத்திருக்கிறாள்.

வெகு சிரமப்பட்டு இரும்புக் கம்பி ஒன்றைப் போட்டுப் பெட்டியைத் திறந்தான். தன் வேஷ்டித் துண்டை எடுக்கப் போனவன், புடவை, ரவிக்கைகள், இன்னும் தனக்கு அறிமுக மில்லாத மற்ற சாமான்களைக் கண்டு திகைத்துப் போனான்.

வரிசையாகப் புடவைகள், ரவிக்கைகள் அடுக்கி வைக்கப் பட்டிருந்தன. பௌடர், க்ரீம், நீள, உருண்டையான டப்பாக்கள், இரண்டு உள் பாவாடைகள், முகம் பார்க்கும் கண்ணாடி, சோப்பு பாக்ஸ், பேப்பர்கள் பௌண்டன் பென்னுக்கான இங்க் – ஒரு கட்டுக் கடிதங்கள், கண்ணாடி பாட்டில்கள், சீப்பு இன்னும் எத்தனையோ சாமான்கள் இருந்தன. திகைத்துப் போனான். யார் பெட்டி இது?

முதலில் கமலாவின் பெட்டியோ என்று நினைத்தான். இல்லையே, இது மாதிரி நல்ல நல்ல புடவைகள், க்ரீம், பௌடர் போன்ற நாகரிகச் சாமான்கள் கமலாவிடம் கிடையாதே. அதுவுமில்லாமல் இந்தப் பெட்டியில் இருக்கும் சாமான்கள் அவசரம் அவசரமாக அடுக்கி வைக்கப்பட்டதாகத் தெரிகிறதே. கமலா வெறுமே வீட்டில் உட்கார்ந்திருப்பவள்தானே. அவளுக்கு அவசரம் ஒன்றுமில்லையே.

ப்ரதுல் ஒவ்வொரு சாமானாக எடுத்துப் பார்த்தான். வெல்வெட் பெட்டி ஒன்றில், பதக்கத்துடன் கூடிய ஒரு நெக்லேஸ், ஒரு மோதிரம், இரண்டு பெரிய காதணிகள், தங்கப்பின் ஒன்று, ஒரு ஜோடி தங்க வளையல்கள். இரண்டு ஜோடி புது மாதிரியான கண்ணாடி வளையல்கள், ஒரு கைப்பையில், நாலு பத்து ரூபாய் நோட்டுக்கள், கொஞ்சம் சில்லறை இருந்தன. முழுக்க முழுக்க ஒரு பெண்ணின் ஸூட்கேஸ். புருஷ வாசனைகூட எங்கும், எதிலும் இல்லை.

ஸூட்கேஸ் மாறி விட்டது என்பது புரிந்து போயிற்று. ஆனால் எங்கே மாறிற்று? ரயிலிலா இல்லை, பாலூர்காட்டிலிருந்து பஸ்ஸில் வரும்போது நடந்ததா. பஸ்ஸில்தான் நடந்திருக்க வேண்டும். ரயிலில் அவனுடன் எந்தப் பெண்ணும் பயணம் செய்யவில்லை. யாரோ மார்வாரி, ஹிந்துஸ்தானிப் பயணிகள்தாம் இருந்தார்கள். இது ஒரு வங்காளிப் பெண்ணின் ஸூட்கேஸ்.

பஸ்ஸில் நடந்திருந்தால் எந்தப் பெண்ணுடன் இந்த மாற்றம் நடந்திருக்கலாம், என்று யோசனை செய்தாலும் அதற்குப் பதில் கிடைக்கப்போகிறதா என்ன? எந்தப் பெண்ணுடன் வேண்டுமானாலும் நடந்திருக்கலாம். எல்லாப் பயணிகளின் பெட்டிகளும் பஸ்ஸில் கூரையின் மீது போட்டு வைத்திருந்தார்கள். அது கிடக்கட்டும். இப்போது என்ன செய்வது உடுத்திக்கொள்ள வேறு வேஷ்டி, சட்டை கிடையாது. சோப்பு, சீப்பு, ஷேவிங் செய்துகொள்ளக் கத்தி, லுங்கி எதுவுமே இல்லையே. ஜனநடமாட்டம் அதிகம் இல்லாத இந்த இடத்தில், எதுவும் கிடைக்காது. இங்கிருந்து ஏழு மைல்கள் தூரத்தில் ஒரு சிறிய மார்க்கெட் இருக்கிறது. ஒருவேளை அங்கே கிடைக்கலாம்.

இப்போது குளித்துவிட்டு வந்தால் என்னத்தைப் போட்டுக்கொள்வது? துண்டு எங்கே? ஷேவிங் எப்படிச் செய்துகொள்வது? நாவிதன் கிடைப்பான். ஆனால் அவனிடம் மழுங்கிப் போன ஆயுதங்கள்தாம் இருக்கும். தாடி வளர்ந்து நாரத முனிவர் போல் ஆனாலும் பரவாயில்லை. அவனிடம் வெட்டிக்கொள்ளக் கூடாது.

இது மாதிரி பிரச்சினையில் அவன் மாட்டிக் கொண்டதே இல்லை. என்ன செய்வது?

இந்தப் பெண்ணின் டவலையும் புடவையையும் தற்சமயம், உபயோகப்படுத்திக்கொள்ள வேண்டியதுதான். வேறு வழி யில்லை.

புடவையை எடுத்துக் கொள்ளலாம் என்றால், ஒரு வெள்ளைப் புடவையில் ஏகத்துக்கு ஜரிகை இருந்தது. இன் னொன்று சாந்திபுரி புடவை, மற்றவை எல்லாம் விலையுயர்ந்த புடவைகளாக இருந்தன. வேறு வேறு வண்ணத்தில் இருந்தன. இப்போது உடனே ஆபீஸுக்கு வேறு போயாக வேண்டும். என்னத்தை உடுத்திக்கொண்டு போவது? ஜரிகை போட்ட சாந்திபுரி புடவையும் ரவிக்கையுமா?

யோசிக்க யோசிக்கத் தலை சுற்றியது. ஏதாவது செய்தாக வேண்டும். வண்ணச்சேலை ஒன்றைக் கட்டிக்கொண்டு, குளித்து விட்டுத் தான் அணிந்திருந்த அழுக்கு பாண்ட், ஷர்ட்டையே திரும்பவும் உடுத்திக் கொண்டான். ஆபீஸுக்குப் போய் மானேஜ ரிடம் விஷயத்தை விளக்கிச் சொல்லி ஏதாவது யோசனை கேட்க வேண்டும்.

மீசை, தாடியை வெட்டிவிட முடியவில்லை. மானேஜரைப் பார்க்கப் போனான். மானேஜரின் பெயர் ஸிம்ஸன், ஆங்கிலேயர். ஏதோ யோசனை செய்தபடி தேநீர் குடித்துக்கொண்டிருந்தவர் இவனைப் பார்த்ததும் “ஹலோ டாக்டர், யூ ஆர் ஹியர் ஆல்ரெடி. ஐ தாட் யூ வுண்ட் பீ ஹியுர் பிஃபோர் டுமாரோ” என்றார்.

“வந்துவிட்டேன் ஸார். பெரிய பிரச்சினையில் மாட்டிக் கொண்டு விட்டேன் ஸார்” என்றான்.

“வெல் வாட் இஸ் அமிஸ்?”

எல்லாவற்றையும் கவனமாகக் கேட்டவர் விழுந்து விழுந்து சிரித்தார். “சிரிக்காதீர்கள் ஸார். பெரிய கஷ்டமாக இருக்கு. உடுத்த ஒரு வேஷ்டி சட்டை இல்லை. ஷேவ்கூடச் செய்து கொள்ள முடியவில்லை ஸார்.”

“அதைப் பத்திக் கவலைப்பட வேண்டாம் டாக்டர். அதற்கான ஏற்பாடு செய்துவிடுகிறேன். என்னிடம் எக்ஸ்ட்ரா ஷேவிங் ஸெட் இருக்கிறது. எடுத்துப் போங்கள். உங்களைப் போன்ற இளைஞர்களின் ரொமான்ஸில் உதவி செய்யாவிட் டால் எப்படி? உங்க வயசில...”

“ரொமான்ஸ் இதுல எங்க ஸார் இருக்கு? பிரச்சினை தான் அதிகமா இருக்கு. அந்தப் பெட்டியில தங்க நகைகள் இருக்கு. பணம் . . . போலீஸில் ரிப்போர்ட் செய்யறது நல்ல துன்னு தோணுது . . . இல்லாட்டி . . .”

“கொஞ்சம் வெயிட் பண்ணுங்க. என்னிட்ட எல்லாத் தையும் சொல்லிட்டீங்க இல்லே . . . அதுவே போதும். உங்களைத் திருடன்னு யாரும் பிடிக்க வரமாட்டாங்க. என் முன்னால பெட்டியில இருக்கிற சாமான்களை ஒரு லிஸ்ட் போடு வோம் . . . இப்ப நீங்க என் பங்களாவுக்கு வாங்க. உங்களுக்குத் தேவையான சாமான்களை நான் தரேன், பெரிய அளவில் ரொமான்ஸ் நடந்து கொண்டிருக்கிறது” என்று சொல்லி விட்டு உரக்கச் சிரித்தார்.

“நன்றி ஸார். உங்களுக்குச் சிரமம் கொடுத்து விட்டதற் காக.”

“எதுவும் சொல்லத் தேவையில்லை . . . வாங்க . . .”

தன் குவார்ட்டர்ஸுக்கு வந்து சாப்பாட்டை முடித்துக் கொண்டு ஓய்வுக்காகத் தூங்கப் போனான். தூக்கம் வர மறுத்தது. இப்படி ஒரு நிகழ்ச்சி நடந்துவிட்டதைப் பற்றி நினைத்து நினைத்து மனம் கொதித்துப் போயிற்று. ப்ரதுலுக்கு இப்போதுதான் இருபத்தைந்து முடிந்திருக்கிறது. டாக்டர் பரீட்சையில் பாஸ் செய்ததும், தேயிலைத் தோட்டத்தில் உடனே வேலை கிடைத்தது. இதுவரை குறிப்பாக எந்தப் பெண்ணையும் அவன் பார்த்ததில்லை. அது பற்றி நினைத்த தும் இல்லை. காதல் என்பது பற்றிப் புத்தகங்களில்தாம் படித் திருக்கிறான். அவனுடைய உண்மை வாழ்க்கையில் எதுவும் நடக்கவில்லை. டாக்டருக்குப் படிக்கும் போது ஒன்றிரண்டு நர்ஸுகளுடன் ஓரிரு வார்த்தைகள் பேசியிருக்கிறான், அவ் வளவுதான். அதில் விசேஷமாக ஒன்றுமில்லை.

அது சரி, எந்தப் பெண்ணுடைய ஸூட்கேஸ் இவன் கையில் வந்திருக்கிறது? பாலூர்காட்டிலிருந்து ஏறிய பெண் ணின் ஸூட்கேஸா அல்லது அதற்கு முன்பே ஏறிய இரண்டு பெண்களுடையதா?

பாலூர்காட் பெண் ரொம்பத்தான் அழகாக இருந்தாள். கல்லூரி மாணவி போலிருந்தாள். அவளுடைய அந்த ‘விக்டோரியன் பொயட்ஸ்’ என்ற புத்தகத்திலிருந்து அது தெரிந்து போயிற்று. என்ன பெயர்? என்ன ஜாதி? பிராம்ம ணாளா? காயஸ்த வைத்தோ பிரிவைச் சேர்ந்தவளா?

அதுசரி பெட்டிக்குள் ஒருகட்டுக் கடிதம் இருந்ததே. அதைப் பிரித்துப் பார்த்தால் அதில் அந்தப் பெண்ணின் பெயர்,

விலாசம் கிடைக்கக்கூடுமே? இவ்வளவு நேரமாக இந்த விஷயம் நினைவுக்கு வரவில்லையே.

பெட்டியைத் திறந்து கடிதங்களை எடுத்துக் கொண்டு வந்தான். கவரின் மேலேயே அமீயா மஜும்தார் என்று பெயர் எழுதி அத்துடன் கல்கத்தா விலாசமும் எழுதியிருந்தது.

நல்லதாகப் போயிற்று. விலாசமே கிடைத்துவிட்டது. இனிக் கவலையில்லை. நாளைக்கே ஒரு கடிதம் எழுதிப் போட்டு விடவேண்டும். அந்தப் பெண்ணுக்கும் ஏகப்பட்ட பிரச்சினையாக இருந்திருக்கும். கட்டின புடவையைத் தவிர வேறு புடவை, ரவிக்கை இருந்திருக்காது. அத்தோடு நகை, பணம் என்று வேறு வைத்திருந்திருக்கிறாள். அந்தப் பெண்ணும் இப்போது தலையில் கைவைத்து உட்கார்ந்திருப்பாள்.

அதற்கு மேலே, இவனுடைய பெட்டியை அந்தப் பெண் எடுத்துப் போயிருந்தால் . . . இங்கு இருக்கும்போது ஒழிந்த வேளையில் சாவகாசமாகச் சாப்பிடலாம் என்று கொஞ்சம் வெல்லமும் அவலும் பெட்டியில் வைத்திருந்தான். அது தவிர ஒரு ஜோடி செருப்பு – கொஞ்சம் பழையதுதான் வைத்திருந்தான். வேஷ்டி, குர்த்தா, ஷர்ட் இத்யாதிகள் வேறு.

இதில் எந்தச் சாமானும் அவளுக்கு உபயோகமாக இருக்காது. மஜும்தார்? மஜும்தார் – என்ன பிரிவு? பிராம்மினா? காயஸ்த வைத்தோ பிரிவா? அல்லது வேறு பிரிவா? கடிதங்களைப் படிக்க வேண்டும் என்கிற ஆவல் ப்ரதுலுக்கு இருந்தது. பிறத்தியார் கடிதங்களைப் படித்துப் பார்க்கக் கூடாது என்று தன்னைத் தானே கட்டுப்படுத்திக் கொண்டான். ஆனால் அந்தப் பெண்ணின் நினைவும், சூட்கேஸின் நினைவும் அவனைப் பாடாய்ப் படுத்திக் கொண்டிருந்தன.

அடுத்த நாள் அவன் அந்தப் பெண்ணின் விலாசத்துக்கு ஒரு கடிதம் எழுதினான். எல்லாவற்றையும் விபரமாகக் கடிதத்தில் எழுதினான். பெட்டிக்குள் என்னென்ன சாமான்கள் இருந்தன. நகை, பணம், புடவைகளையும் வர்ணித்து எழுதியிருந்தான். தெரியாமல் நடந்த தவற்றுக்கு மன்னிப்புக் கேட்கவும் மறக்கவில்லை அவன். இதற்காகத் தான் வருத்தப்படுவதாகவும், வெட்கப்படுவதாகவும் தெரிவித்துவிட்டு, தன் பெட்டியையும் அதிலிருந்த சாமான்களையும் விவரித்துவிட்டு, அந்தப் பெட்டி அவளிடத்தில் இருக்கிறதா என்று கேட்டிருந்தான்.

கடிதத்தைத் தபால் பெட்டியில் போட்டுவிட்டுப் பதிலுக்காகக் காத்திருந்தான். பதில் வருமா? ரொம்பக் கோபித்துக் கொண்டு என்னென்ன எழுதுவாளோ? போலீஸில் பிடித்துக் கொடுத்து விடுவேன் என்று சொல்வாளோ?

ஒன்பது நாட்கள் கழித்து ஒரு கடிதம் வந்தது.

மதிப்பிற்குரியவருக்கு,

தங்கள் கடிதம் கிடைத்தது. ஹிலி ஸ்டேஷனிலிருந்து இறங்கும் சமயத்தில் என் சகோதரி மகள் அமியாவின் ஸூட்கேஸ் குழப்பத்தில் தங்கள் பெட்டியுடன் மாறி விட்டது. உங்கள் பெட்டி அமியாவின் கைக்கு வந்து விட்டது. கடிதத்தில் நீங்கள் எழுதியிருந்த சாமான்களைத் தவிர வேறு எந்தச் சாமானும் இல்லை. தங்களுக்கு இத்தனை கஷ்டம் கொடுத்தது குறித்து அமீயா மிகவும் வெட்கப்படுகிறாள். அவள் சார்பில் நானும் தங்களிடம் மன்னிப்புக் கேட்டுக் கொள்கிறேன். எங்கள் தவற்றை ஒப்புக் கொள்கிறேன். பெட்டியை ரயில்வே பார்ஸலில் அனுப்பி வையுங்கள். உங்கள் பெட்டியையும் அப்படியே அனுப்பி வைக்கிறேன். மேலே குறித்துள்ள விலாசத்திற்கு ரயில்வே ரசீதை அனுப்பி வைக்கவும்.

வினயத்துடன்,

ஸ்ரீ பவதாரன் சக்ரவர்த்தி

கடிதம் கிடைத்தவுடன் ப்ரதுலுக்கு ஏமாற்றம் அதிகம் ஏற்பட்டது என்று சொல்ல முடியாது. ஆனால் அந்த மூன்று பெண்களில் பெட்டிக்குரிய பெண் யார் என்று தெரிந்துகொள்ள முடியவில்லை. பாலூர்காட்டில் அழகும் லாவண்யமும் நிறைந்த பெண்ணுடையதுதான் இந்தப் பெட்டி என்பதற்கான எந்தப் பிரமாணமும் இல்லை. கடிதம் அந்தப் பெண்ணிடமிருந்தே வரும் என்று எதிர்பார்த்தான். நடுவில் எங்கிருந்தோ ஒரு மாமா வந்து முளைத்திருக்கிறார். ஆனால் ஒரு நன்மை பெண் பிராம்மணக் குடும்பத்தைச் சேர்ந்தவள் என்பது தெரிந்து போயிற்று. அவனும் பிராம்மணன்தானே. அதனால் சௌகரியம்தான். தடங்கல் வராது. ஆனால் எதற்குத் தடங்கல்?

அடுத்தநாளே ஆளை அனுப்பிப் பெட்டியை ரயில்வே பார்ஸலில் புக் செய்தான். அந்த வாரக் கடைசியிலேயே அவனுடைய பெட்டியும் நல்ல நிலைமையில் வந்து சேர்ந்தது. சாமான்கள் கொஞ்சம் கலைந்திருந்தன. மற்றபடி எல்லாமே, அவல், வெல்லம் உள்பட, சரியாக இருந்தன.

விஷயம் அத்தோடு முடிந்து போய்விட்டது.

இதற்கு மேல் வேறென்ன நடக்கப் போகிறது. ஒன்றுமில்லை. ஆனால் ப்ரதுலால் அந்தப் பெண்ணை மறக்க முடியவில்லை. அவனுடைய இளமைக் காலத்தில் முதல் முதலாக ஓர் அழகிய இளம் பெண்ணைச் சந்தித்துப் பெட்டியை மாற்றிக் கொண்டி

ருக்கிறான். இதில் காதல் என்று எதுவும் இல்லாவிட்டாலும், காதல் வரச் சந்தர்ப்பம் இருக்கிறதே. மனத்தில் கற்பனை எழுகிறதே. முக்கியமாக, ஜனநடமாட்டமே இல்லாத தேயிலைத் தோட்டத்தில் கற்பனைக்கு என்ன குறைச்சல். அந்தப் பெண் நன்றி தெரிவித்து இன்னொரு கடிதம் போடுவாள் என்று எதிர்பார்த்தான். ஆனால் வரவில்லை.

ஐந்து மாதங்கள் கழித்து ப்ரதுல் திரும்பவும் விடுமுறை எடுத்துக்கொண்டு ஊருக்குக் கிளம்பினான். ஊருக்குப் போய் வெகுநாட்களாகிவிட்டன. உறவினரை, குடும்பத்தினரைப் பார்க்க வேண்டும் என்று மனது குழந்தைபோலத் தவித்தது. அவன் தங்கை கமலாமீது அவனுக்கு மிகவும் பிரியம். அவள் திருமணத்துக்கான பேச்சு வார்த்தைகள் நடத்துகொண்டிருந்தன. வருகிற சித்திரை மாதத்திலேயே திருமணம் நடக்கலாம். அதற்கு முன் அவளோடு நேரத்தைக் கழிக்க வேண்டும். அதற்காகவா வது ஊருக்குப் போக வேண்டும்.

ஹிலி ஸ்டேஷனில் சிறிது நேரம் காத்திருக்கும்படியாயிற்று. வரப்போகிற ஓர் அப் ட்ரெயினின் பயணிகளையும் ஏற்றிக் கொண்டு போக வேண்டும் என்று பஸ் காத்திருந்தது.

பிளாட்பாரத்தில் ஒரு கோடியிலிருந்து இன்னொரு கோடிக்கு நடந்து கொண்டிருந்தபோது கல்கத்தாவிலிருந்து வரவேண்டிய ரயில் வந்துவிட்டது. கூட்டம் அதிகமில்லை. சிலர்தான் இறங்கினார்கள்.

திடீரென்று ப்ரதுல் திடுக்கிட்டுப் போய் நின்றான். பாலூர்காட்டைச் சேர்ந்த அந்த அழகி தனியாக ரயிலிலிருந்து இறங்கினாள். அவன் திகைத்துப் பார்த்தான். சிறிது நேரத்திற் கெல்லாம் அந்த ஸூட்கேஸைக் கூலி இறக்கி, தலையில் தூக்கி வைத்துக்கொண்டான். இது டின் ஸூட்கேஸ் இல்லை. தோல் ஸூட்கேஸ். பெரிதாக இருந்தது.

பஸ் கிளம்ப அதிக நேரமில்லை. கீழே இறங்கிய அந்தப் பெண் நான்கு புறமும் சுற்றிப் பார்த்தாள். அவள் முகத்தில் ஆயாசம் தெரிந்தது.

பஸ்ஸில் ஏறும் சமயத்தில் அந்தப் பெண் கண்டக்டரிடம், "பாலூர்காட் ஸப் டெபுடி அய்யா வீட்டிலேருந்து யாரும் வரலையா?" என்று கேட்டாள்.

"டெபுடி அய்யாவா? வரலையேம்மா. நீங்க ஏறுங்க. இந்தாப்பா இவுங்கள பாலூர்காட்டில் இறக்கி விட்டுடு."

பஸ் போய்க் கொண்டிருந்தது. ப்ரதுல் அந்தப் பெண் இருந்த பக்கமும் பார்க்கவில்லை. அவளைப் பற்றி நினைக்கவு

மில்லை. அலட்சியமாக இருந்தான். பெட்டி மாறிப் போன தால் அந்தப் பெண் குறித்து மனத்தில் ஒரு ஆர்வம் இருந்தது. அழகான பெண் என்பதால் இல்லை. அவன் எத்தனையோ அழகான பெண்களைப் பார்த்திருக்கிறான். இந்த ஆர்வம் அவனுக்கு மட்டுமில்லை. யாராக இருந்தாலும் இந்த உணர்வு, ஆர்வம் இயற்கையானதுதான்.

இவள் கையில் டின் ஸூட்கேஸ் இல்லாததால், இவளுடன் தன் பெட்டி மாறியிருக்க முடியாது என்று ஒரு தீர்மானத்துக்கு வந்தான். தேயிலைத் தோட்டத்தில் அமர்ந்த படி எந்தப் பெண்ணைப் பற்றிக் கனவு கண்டானோ அவள் இவள் இல்லை என்று தோன்றியதும், அந்தப் பெண்ணைப் பற்றி நினைத்துக்கூடப் பார்க்க அவன் விரும்பவில்லை.

அதிகப் பயணிகள் இல்லை. டிரைவர் ஆசனத்துக்குப் பின்னால் பெண்களுக்கான இருக்கையில் அந்தப் பெண் உட்கார்ந்திருந்தாள். அவளுக்குப் பின்னால் இருந்த நீண்ட ஸீட்டில் ப்ரதுல் உட்கார்ந்திருந்தான்.

ஒரு சிறிய மார்க்கெட் பகுதியில் பஸ் நின்றது. யாரோ இறங்கினார்கள், ஏறினார்கள். அந்தப் பெண் அவனையே திரும்பித் திரும்பிப் பார்ப்பதை ப்ரதுல் கவனித்தான். ஏதோ சொல்ல நினைக்கிறாள். ஆனால் ஏதோ ஒருவிதத் தயக்கம் அவளைத் தடுக்கிறது. ப்ரதுலிடம் சொல்ல என்ன இருக்கப் போகிறது? எழுந்து போய் என்ன விஷயம் என்று கேட்கலாமா?

பஸ் கிளம்பியதும், அந்தப் பெண் அவன் பக்கம் திரும்பி "நீங்கள் பாலூர்காட் போகிறீர்களா?" என்று கேட்டாள்.

ப்ரதுல் திடுக்கிட்டு, "பாலூர் காட்டா? ஆ . . . ஆமாம் . . . இல்லை . . . எதுக்குன்னு சொல்லுங்க?" என்று கேட்டான்.

ப்ரதுல் பதில் சொன்ன விதத்தையும் தவிப்பையும் கண்ட அந்த இளம் பெண்ணின் முகத்தில் மிக மெல்லிய புன்சிரிப்பு ரேகை ஒன்று தோன்றி மறைந்தது. அவள், ராத்திரி நேரமாகி விட்டது. பாலூர்காட்டில் என் சித்தப்பா கவர்ன்மெண்ட் ஆபீஸர். வீட்டிலிருந்து ஆள் வருவதாகப் பேச்சு. நான் நார்த் பெங்கால் ரயிலில் வருவதாக இருந்தது. ஆனால் ஒரு ரயில் முன்னால் பிடித்துக்கொண்டு வந்து விட்டேன். நீங்க எனக்கு முன்னால இறங்கிட்டீங்கன்னா, பஸ்ஸில இரண்டாவது ஆள் இல்லை. இருட்டு . . . இந்தப் பாதையில பயம் இருக்கு . . ."

அந்தப் பெண் தவிப்புடன் அவனைப் பார்த்தாள்.

ப்ரதுல் துள்ளிக் குதித்தான். 'பயப்பட வேண்டாம்... நான் உங்களை வீட்டில் கொண்டு சேர்க்கிறேன்... நானும் அங்கேதான் போகிறேன்."

அந்தப் பெண்ணுக்குக் கொஞ்சம் நிம்மதியாக இருந்தது. இருந்தாலும் உபசாரத்துக்காக, "என்னால் உங்களுக்குத்தான் சிரமம். பாலூர்காட் போனதும் தயவுசெய்து என்னை ஒரு வண்டியில் ஏற்றி..."

"அதெல்லாம் வேண்டாம். நீங்கள் கவலைப்பட வேண்டாம். யார் வீட்டுக்குப் போகணும்?"

"என் சித்தப்பா இங்கே ஸப் டெபுடி, ஸுதாஸ் ஷுகுமார் மஜீம்தார்" ப்ரதுலின் இதயம் ஏனோ திடீரென்று துடித்தது. இத்தனை நேரம் அவன் மறந்திருந்த விஷயம் திரும்பவும் நினைவுக்கு வந்தது.

"ஒரு விஷயம்... உங்க பேர் என்னன்னு தெரிஞ்சிக்கலாமா தவறா நினைக்காம இருந்தா சொல்லுங்க..." என்றான்.

"அமியா மஜீம்தார்..."

ப்ரதுலுக்குத் தலை சுற்றியது. பஸ், ஜனங்கள், மரம், செடி, கொடிகள், பூமி, வானம், இத்தனையும் கூடவே சுற்றியது. ஏதோ பூகம்பம் ஏற்பட்டுவிட்டதோ... அமியா மஜூம்தார்! அமியா மஜூம்தார்.

வெகு கஷ்டப்பட்டுத் தன்னைச் சமாளித்துக் கொண்டான். "இன்னொரு விஷயம்... தவறாக நினைக்காமல் இருந்தால்... போன பூஜா விடுமுறை சமயத்தில் உங்கள் பெட்டியும், என் பெட்டியும் மாறிப் போய்விட்டன. என் பெயர் ப்ரதுல் பட்டாச்சார்யா... நான்தான் பாட்டிக்காலி டீ கார்டனில் டாக்டராக..."

அந்தப் பெண்ணின் விசாலமான கண்களில் ஆச்சர்யமும் ஒருவிதமான குதூகலமும் தெரிந்தது. 'நீங்கதான் ப்ரதுலா? எனக்கு உங்களைத் தெரியும்."

"என்னையா? எப்படித் தெரியும்?"

"அன்னைக்கு பஸ்ஸில் என் புஸ்தகம் உருண்டு ஸீட்டுக்கு அடியில் போனதும் நீங்கதானே எடுத்துக் கொடுத்தீங்க?"

ப்ரதுல் சிரித்தபடியே, "கரெக்ட்... நினைவுக்கு வந்துவிட்டது. ஆனால் அதைவிடப் பெட்டி மாறியதுதான் நன்றாக நினைவில் இருக்கிறது. என்னால் உங்களுக்குக் கஷ்டம்..."

அந்தப் பெண்ணும் பதிலுக்குச் சிரித்தபடியே, “அதனா லென்ன? இப்படியெல்லாம் நடப்பது சகஜம்தான். என் தப்பு . . .” என்றாள்.

“நீங்க என்ன தப்புச் செய்தீங்க. என் தப்புத்தான். எத்தனை அவசரமாக இருந்தாலும் என் சாமானை நான்தான் கவனித்து எடுத்துக் கொண்டிருக்க வேண்டும். என் தப்புத்தான் . . . நீங்க எந்தக் கல்லூரி?”

“ஸ்காட்டிஷ் சர்ச் காலேஜ்.”

“இந்த வருடம் பி.ஏ.பரீட்சை எழுதப் போகிறீர்களா?”

“அடுத்த வருஷம்.”

“உங்க அப்பா பேரு பவதாரண் பாபுவா? மாமா வீட்டில் தங்கி இருக்கிறீர்களா?”

“இல்ல . . . இல்ல அது மாமா வீடு இல்லை. மாமா தனி யாக வசிக்கிறார். அவர் ஜோதிடர். அவர் வீட்டில வேறே யாருமே இல்லை. நான்தான் சமைக்கிறேன். நானும் மாமாவும் இருக்கோம்.”

பஸ் பாலூர்காட் வந்து சேர்ந்தபோது மணி எட்டரை யாகிவிட்டது. “உங்க வீடு இங்கிருந்து எத்தனை தூரம்? ஒரு வண்டி வாடகைக்கு எடுத்துக்கட்டுமா?”

“இல்ல . . . வண்டி வேண்டாம். கூலியின் தலையில சாமானை வச்சிட்டு நடந்தே போகலாம் . . . வாங்க . . . இந்தத் திருப்பத்தில் திரும்பினால் இரண்டு நிமிஷத்தில் வீடு வந்துவிடும்.”

இவர்கள் வீட்டிற்குள் நுழைந்தபோது, குழந்தைகள் இவர்களைப் பார்த்ததும் ஏகத்துக்குக் கூச்சலிட்டு வரவேற் றார்கள். பெண்ணின் சித்தப்பா ப்ரதுலை மிகவும் உபசரித்தார். ப்ரதுல் உடனேயே அங்கிருந்து கிளம்ப நினைத்தான். ஆனால் அவர் அதைக் காதில் போட்டுக் கொள்ளவில்லை. இந்த இரவு நேரத்தில் அவன் வெளியில் போகக் கூடாது என்று சொல்லி விட்டார். எப்போது போகலாம் என்பது பற்றி நாளைக்குக் காலையில் யோசிக்கலாம் என்று சொல்லிவிட்டார். அதனால் கை கால்களைக் கழுவிக் கொண்டு கொஞ்சம் தேநீர் அருந்த வேண்டும் என்று கேட்டுக் கொண்டார்.

இதற்குள்ளாக இந்த மனிதனுடன்தான் அவள் பெட்டி கை மாறிப்போயிற்று என்கிற செய்தி, வீடு முழுவதும் பரவி விட்டது.

இதுவரை, அமியாவைக் கொண்டு வந்துவிட்ட இளைஞன் என்பது மட்டுமே அவர்களுக்குத் தெரிந்திருந்தது. இப்போது பெட்டி மாறிய கதையைக் கேட்டதுமே, எல்லோர் மனத்திலும் ஒருவிதக் குதூகலம் நிறைந்தது. எல்லோரும் அவனை ஏகத்துக்குப் புகழ்ந்தார்கள். சித்தப்பா வந்து, "அமியா உங்களைப் பற்றிச் சொன்னதைக் கேட்டதும், தாங்கள் சாதாரண மனிதரல்ல என்று தெரிந்துகொண்டோம். உங்களுக்கு மிக உயர்ந்த, பரந்த மனம். உங்களைப் போன்ற ஒருவரைச் சந்திக்க முடிந்ததே மிகவும் மகிழ்ச்சியாக இருக்கிறது. ப்ரதுல் பாபு, நீங்கள் எங்களுக்கு நெருங்கின உறவினரைப் போல இருக்கிறீர்கள். அமியா நடந்ததைச் சித்தியிடம் சொன்னாள். சித்திக்கும் உங்களைப் பற்றி மிக உயர்வான எண்ணம் இருக்கிறது" என்றார்.

வெட்கத்தினால் ப்ரதுலின் முகம் சிவந்துவிட்டது.

சிறிது நேரத்திற்கெல்லாம் அமியா ஒரு தட்டில் தேநீரும் கொஞ்சம் தின்பண்டமும் வைத்து எமீது வைத்து, "கொஞ்சம் எடுத்துக் கொள்ளுங்கள்" என்று உபசரித்தாள்.

சித்தப்பாவுக்குத் திடீரென்று ஏதோ வேலை இருப்பது நினைவிற்கு வரவே, "அமி நீ இங்கே கொஞ்ச நேரம் இரு. அவருக்கு இன்னொரு கப் டீ கொண்டு வந்து கொடு, நான் அரை மணிக்குள் வந்துவிடுகிறேன்" என்று சொல்லிவிட்டு எங்கோ போய் விட்டார்.

ப்ரதுல் அந்தப் பெண்ணைப் பற்றிய நிறைய விபரங்களைத் தெரிந்துகொண்டான். அவளுக்குப் பெற்றோர் இல்லை. குழந்தையிலிருந்தே சித்தப்பாவிடம்தான் வளர்ந்தாள். ஐ.ஏ.வில் இவளுக்கு ஸ்காலர்ஷிப் கிடைத்திருக்கிறது. பி.ஏ. முடிந்தவுடன் எம்.ஏ.படிக்கத் திட்டமிட்டிருக்கிறாள் . . .

இந்த விஷயங்களையெல்லாம் அந்தப் பெண்ணாகவே வலுவில் வந்து சொல்லவில்லை. ப்ரதுல் கேட்ட கேள்விகளுக்குப் பதிலாகச் சுற்றி வளைத்து ஒன்றிரண்டு வார்த்தைகளில் மிருதுவான குரலில் சொன்னாள்.

சித்தப்பா அந்த அறைக்குள் நுழைந்த உடனேயே, அமியா எழுந்துவிட்டாள். மறுநாள் காலையில் ப்ரதுல் கிளம்பத் தயாரானதுமே சித்தப்பா "ஸுு தாங்ஷு பாபு வீட்டில், நீங்க சாப்பிட்டுவிட்டுத் தான் போகணும்னு சொல்றாங்க. மெல்ல மாலையில் போகலாம் என்று சொல்றாங்க" என்றார்.

ப்ரதுலுடன் பேசிக்கொண்டே, அவன் பேச்சிலிருந்து நிறைய விஷயங்களைத் தெரிந்துகொண்டார் சித்தப்பா. அவன் எம்.பி.பி.எஸ். முடித்து விட்டுத் தேயிலைத் தோட்டத்தில்

டாக்டராகப் பணி புரிகிறான். மாதச் சம்பளம் நூறு ரூபாய். அவன் குடும்பத்தினர் ராடி வகுப்பு பிராம்மணர்கள். பெற்றோர் உயிருடன் இருக்கிறார்கள். கிராமத்தில் நில புலன்கள் இருக்கின்றன என்கிற எல்லா விஷயங்களையும் தெரிந்து கொண்டார்.

ப்ரதுல் எல்லா விதத்திலும் நல்ல வரன். அமியா பெற்றோர் இல்லாதவள். சித்தப்பாவின் பொறுப்பில் இருப் பவள். அவளுக்கு இவனைவிட நல்ல வரன் கிடைக்காது. இதோ சித்திரை மாதமும் சீக்கிரமே வரவிருக்கிறது. இதற்கு மேல் சொல்ல என்ன இருக்கிறது!

தேயிலைத் தோட்டத்தின் குவார்ட்டர்ஸில் ப்ரதுல் தன் இளம் மனைவியைப் பார்த்து "என்ன திரும்பவும் பெட் டியை மாற்றிக் கொள்ள வேண்டுமா?" என்று கேலி செய்தான். அமியா, "அடியம்மா வேண்டவே வேண்டாம். அன்னைக்கு நான் பட்ட கஷ்டம்! எதை உடுத்திக்கறதுன்னு புரியலை . . . வீட்டில் வேறே பெண்கள் யாருமில்லை. குளித்துவிட்டு வந்தால் புடவைக்கு என்ன செய்வது? ஏதோ ஒரு கிராமத்து ஆள் கூடப் பெட்டி மாறிப் போயிடுத்து . . . பெட்டியில் அவல், வெல்லம், பழைய செருப்பு . . . அடியம்மா!" என்று சொல்லி விட்டுக் கலகலவென்று சிரித்தாள்.

ப்ரதுல் . . . "பெட்டி மாற்றிக் கொள்வது இருக்கட்டும். அந்தக் கிராமத்து ஆள் கூட மாலை மாற்றிக் கொள்வாய் என்று நினைத்துப் பார்த்தாயா?" என்று கேட்டுவிட்டு அவனும் விழுந்து விழுந்து சிரித்தான்.

ஆசிரியர் குறிப்பு

விபூதிபூஷண் பந்தோபாத்யாய

வங்க இலக்கிய உலகின் முன்னணி எழுத்தாளரான விபூதிபூஷண் பந்தோபாத்யாய, பிரிட்டிஷ் இந்தியாவின் நதியா மாவட்டம், முராதிபூர் கிராமத்தில் கல்யாணி என்னும் பகுதியில் தமது தாய் வீட்டில் *1894* செப்டம்பர் *12*இல் பிறந்தார். தந்தை மகாநந்தா பந்தோபாத்யாய சமஸ்கிருதப் பண்டிதர். சிறந்த புராண, இதிகாச சொற்பொழிவாளர். காளிதாசரின் நூல்கள், பாகவதம், மகாபாரதம் போன்ற நூல்கள் எழுதியிருக்கிறார். இனிமையான குரல் வளம் இருந்ததால் கதாகாலட்சேபங்களும் செய்துகொண்டிருந்தார். மாலை நேரங்களில் வீடு திரும்பும்போது உரத்த குரலில் பாடிக்கொண்டே வருவார். இவர் பாரக்பூர் பகுதியில் ஒரு சிறு கிராமத்தில் வசித்தபோதுதான், விபூதிபூஷணின் குழந்தை பருவம் கழிந்தது.

மகாநந்தா ஏராளமான பாடல்களை எழுதியிருக்கிறார். பெரும்பான்மையும் பைரவி, பிலூ மற்றும் கிராமியப் பகுதிகளுக்கே உரிய ராகங்களில் அமைந்திருந்தன. புவன மோகினி என்னும் நாடகமும் எழுதியிருக்கிறார். இவருடைய இலக்கிய ஈடுபாடுதான், விபூதிபூஷணின் குழந்தைப் பருவத்திலிருந்தே மிகப் பெரிய தாக்கத்தை ஏற்படுத்தியிருந்திருக்கிறது. தந்தையின் எல்லாக் குணங்களும் ரசனைகளும் ஆர்வங்களும் விபூதிபூஷணின் மனத்தில் பதிந்துபோயிருந்ததற்கு அவருடைய எதிர்கால வாழ்க்கையே சாட்சி. தந்தையிடம் மரியாதையும் அன்பும் வைத்திருந்தார். ஸாகஞ்ஜ் கேலூடா என்னும் இடத்தில் பிரசன்ன குரு என்பவரின் பாடசாலையில் கல்வி கற்றார். பிறகு அவர் தாயின் வெள்ளி நகைகளை அடகுவைத்துப் பெற்ற பணத்தில் பாரக்பூரில் இருந்த ஆங்கிலப் பள்ளிக்கூடத்தில் படிக்கத் தொடங்கினார். பின்னர் தொடர்ந்து அவருக்கு

உதவித் தொகை கிடைத்ததால், மகாநந்தாவுக்கு மகனின் படிப்பைப் பற்றிய கவலை ஏற்படவில்லை.

1914ஆம் வருடம் மெட்ரிகுலேஷன் தேர்விலும் கல்கத்தாவின் ரிப்பன் கல்லூரியில் (தற்போது சுரேந்திரநாத் காலேஜ்) ஐ.ஏ. பிறகு பி.ஏ. பரீட்சைகளிலும் முதல் மதிப்பெண் பெற்று சிறந்த மாணவனாக விளங்கினார். கௌரி தேவிக்கும் இவருக்கும் திருமணம் நடைபெற்றது. கௌரி தேவியின் தகப்பனார் விபூதிபூஷணின் உயர் கல்விக்கு உதவினார். இவர் படித்துக் கொண்டிருக்கும்போதே துரதிருஷ்டவசமாக கௌரி தேவி அகால மரணமடைந்தார். அதனால் உயர் கல்வியைத் தொடர முடியாமல் ஜாங்கிபாடா மைனர் ஸ்கூலில் ஆசிரியராகப் பணியாற்றத் தொடங்கினார் விபூதிபூஷண்.

1920ஆம் ஆண்டு ஜாங்கிபாடா ஸ்கூல் வேலையை ராஜினாமா செய்துவிட்டுக் கொல்கத்தா திரும்பினார். அங்கே ஆச்சார்ய ஃப்ரபுல்ல ராயைச் சந்தித்தார். ராய், விபூதிபூஷணைத் தன் சொந்த மகன் போல நேசித்தார். ஃப்ரபுல்ல ராய், சர்.சி.வி. ராமன், சாரு சந்திர பட்டாச்சார்யா போன்றவர்கள் நீண்ட நேரம் பல விஷயங்களைப்பற்றி பேசிக்கொண்டிருப்பார்கள். ஹரிநாபி என்னும் ஊரில் விபூதிபூஷண் போதகராகப் பணியாற்றியபோது, அவரு டைய தாய் மிருணாளினி தேவி காலமானார்.

1922ஆம் வருடம், வேலையை ராஜினாமா செய்துவிட்டு மறுபடியும் கொல்கத்தாவுக்குத் திரும்பிச் சென்றார்.

விதையிலிருந்து விருட்சம்:

புகழ்பெற்ற கேஷோராம்ஜியிடம் ஒரு வருட காலம் பணியாற்றினார். அதன் காரணமாக மேற்கு வங்காளம், பர்மாவின் எல்லைப் பகுதிவரையிலும் சுற்றுப்பயணம் செய்ய வேண்டியிருந்தது. இதற்கிடையே இவர் எழுதிய சிறுகதைகள் சில, பிரபாஸி என்னும் வங்கமொழி இதழில் வெளியாயிற்று. 1923ஆம் வருடம் 'பிரைவேட் செக்ரட்டரி' தேவை என்ற விளம்பரத்திற்கு இவர் விண்ணப்பம் அனுப்பியிருந்தார். பகல்பூரின் பாத்தூரியா காட்டாவிலிருந்த மிகப் பெரிய எஸ்டேட்டை நிர்வகிக்கும் அஸிஸ்டென்ட் மானேஜர் பதவி விபூதிபூஷணுக்குக் கிடைத்தது.

1930ஆம் வருடம்வரை தொடர்ந்து பகல்பூர் எஸ்டேட்டில் பணியாற்றினார். அப்போதுதான் ஒரு எழுத்தாளருக்குத் தேவையான தனிமை, இயற்கைச் சூழ்நிலை எல்லாம் இவருக்குக் கிடைத்தன. அவருடைய புகழ்பெற்ற 'பதேர் பாஞ்சாலி' பிரபாஸி பத்திரிகையில் தொடராக வெளிவந்தது. சத்யஜித் ரேயின் இயக்கத்தில் திரைப்படமாகவும் வந்து உலகப் புகழ்பெற்றது. ஜன

சந்ததி இல்லாத சூழலில், இயற்கையின் மடியில் நீண்ட காலம் இருந்ததால் அவருடைய படைப்பூக்கம் செறிவானது. இக்கால கட்டத்தில்தான் ‘ஆரண்யக்’ என்ற புகழ்பெற்ற புதினத்தை இவர் எழுதியுள்ளார்.

*1930*இல் பகல்பூரிலிருந்து கொல்கத்தா சென்று அட்சய பாபுவிடமே ‘கேலாத் கோஷ் இன்ஸ்ட்டிட்யூட்’டில் போதகராகப் பணியாற்றத் தொடங்கினார். கிளாரிட்ஜ் சாகேப் என்பவர் அங்கே முதன்மைக் கல்வி போதகராக இருந்தார். கிளார்க்வெல் சாகேப் என்பவரின் சரிதையை ‘அனுவர்த்தன்’ என்னும் பெயரில் எழுதி முடித்தார். இடையிடையே வேலைக்காகப் பகல்பூரின் எஸ்டேட் டுக்கும் போய் வர வேண்டியிருந்தாலும் தொடர்ந்து எழுதிக் கொண்டிருந்தார். புகழ் சேர்ந்தது. பதினாறு புதினங்களும் இருநூறுக்கும் மேற்பட்ட சிறுகதைகளும் இவர் எழுதியிருக் கிறார்.

பல பத்திரிகைகளில் எழுதிக்கொண்டிருந்த ரமாதேவியை *1940*இல் இரண்டாவதாகத் திருமணம் செய்துகொண்டார். அப் போது அவர் ‘கேலாத் கோஷ் இன்ஸ்டிட்யூட்’டின் வேலையை விட்டுவிட்டுப் பாரக்பூரில் சென்று வசிக்க ஆரம்பித்தார். பின்னர் ஸிஸ்பூம் ஜில்லாவில் காட்ஷிலா என்னும் ஊரில் வீடு ஒன்று வாங்கினார். மனைவியுடன் அந்த வீட்டில் சில காலம் தங்கும் வழக்கம் இருந்தது. *1947*ஆம் வருடம் ஒரு ஆண் குழந்தை பிறந்தது. *1941*ஆம் வருடத்திலிருந்து கடைசிவரை ஹரிபத இன்ஸ்டிட்யூட்டில் கல்வி போதகராக இருந்தார்.

*1950*ஆம் வருடம் நவம்பர் முதல் தேதி, இரவு எட்டு மணி யளவில் தன் காட்ஷிலா வீட்டில் விபூதிபூஷண் காலமானார். ஜார்ஜ் பெர்னாட் ஷா இங்கிலாந்தில் காலமானதும் இதே தினத்தில்தான்.

விபூதிபூஷணின் முதல் சிறுகதை ‘உபேக்ஷிதா’ பிரபாஸியில் வெளிவந்தது. முதல் நாவலான ‘பதேர் பாஞ்சாலி’ வங்க இலக்கியத்தில் இவருக்குத் தனியிடத்தை வாங்கிக்கொடுத்தது. அவருடைய மிகச் சிறந்தப் படைப்பான இந்த நூலை CBSE Syllabusஇல் வங்காளி கற்கும் மாணவர்களுக்குப் பாடமாக வைத்திருக்கிறார்கள்.

அப்பு என்னும் சிறுவனைக் கதாபாத்திரமாக வைத்து ‘பதேர் பாஞ்சாலி’, ‘அபராஜிதா’, ‘ஒப்பூர் ஷொஸ்ஷார்’ என்ற மூன்று திரைப்படங்கள் வெளிவந்துள்ளன. இவை மூன்றும் விபூதிபூஷணின் ‘பதேர் பாஞ்சாலி’ ‘அபராஜிதா’ ஆகிய இரண்டு நாவல்களை அடிப்படையாக்கொண்டு உருவாக்கப்பட்டவை. இவருடைய ‘இச்சாமதி’ நாவலுக்கு இவர் இறந்த பிறகு ‘ரவீந்திர விருது’ கிடைத்தது.

இவர் எழுதிய புதினங்கள்:

பதேர் பாஞ்சாலி, அபராஜிதா, ஆரண்யக், ஆதர்ஷ ஹிந்து ஹோட்டல், இச்சாமதி, திருஷ்டி ப்ரதீப், சாந்தேர் பாஹாட், ஹீரா மாணிக் ஜொலே, தேவயான், பிபினேர் ஷொஸ்ஷார், அனுவர்த்தன், ஆஷானி ஷங்கேத், கேதார் ராஜா, தாம்பத், சுந்தர்வனே ஸாத் பத்ஸர், தூயி பாரி, காஜல், மாணேர் டஸ்கா பாஜே, மிஸ்மிடேர் கவச், கோஸி பிராங்கானேயின் சிட்டி, ஆம் ஆட்டிர் பேம்பூ.

திரைப்படமாக வெளிவந்த படைப்புகள்:

பதேர் பாஞ்சாலி (1955), அபராஜிதா (1956), ஒப்பூர் ஷொஸ்ஷார் (1959), பக்ஸா பதல் (1970), நிஷிபத்ம (1970), அமர் பிரேம் (1971), நிமந்திரண் (1971), ஆஷானி ஷஸ்கேத் (1973), ஃபுலேஸ்வரி (1974), ஆலோ (2003).

* 9 7 8 9 3 8 0 2 4 0 8 9 3 *

FCW - #0191 - 061026 - C0 - 216/140/8 - PB - 9789380240893 - Matt Lamination